எறிசோறு

ப.விடுதலை சிகப்பி

நீலம்

நீலம்

எறிசோறு (கவிதை)

ஆசிரியர் : ப.விடுதலை சிகப்பி
முதற்பதிப்பு : டிசம்பர் - 2023
இரண்டாம் பதிப்பு : ஜனவரி - 2024

நீலம் பப்ளிகேஷன்ஸ்,
முதல் தளம், திரு காம்ப்ளக்ஸ்,
மிடில்டன் தெரு, எழும்பூர், சென்னை - 600008.

அட்டை ஓவியம் : கு.சம்பத்
உள்ளோவியங்கள் : ஸ்ரீதர்
நூல் வடிவமைப்பு : நெகிழன்

விலை ரூ. 150

ERISORU (POETRY)

Author : Pa.Viduthalai Sigappi © P.Vigneshwaran
First Edition : December - 2023
Second Edition : January - 2024

Published by : NEELAM PUBLICATIONS,
1st floor, Thiru Complex, Middleton street, Egmore,
Chennai - 600008.

Email : editor@neelampublications.com
Mobile : +91 98945 25815

INR : 150
ISBN : 978-93-94591-80-6

Neelam Monthly Magazine & Subscription - www.theneelam.com
Neelam Online Store - www.neelambooks.com

ப.விடுதலை சிகப்பி (பி.1993)

இயற்பெயர் விக்னேஷ்வரன். சிவகங்கை மாவட்டம், கீழப்பூங்குடியைப் பூர்வீகமாகக் கொண்டவர். தற்போது இயக்குநர் பா.இரஞ்சித்திடம் உதவி இயக்குநராகப் பணிபுரிகிறார். இது இவரது முதல் கவிதைத் தொகுப்பு.

நன்றிக்குரியவர்கள்

கூகை திரைப்பட இயக்கம் ○ நீலம் பதிப்பகம்
நீலம் மாத இதழ் ○ நீலம் சோசியல்

பா.இரஞ்சித் ○ வாசுகி பாஸ்கர் ○ தமிழ்ப்பிரபா
ஆதவன் தீட்சண்யா ○ பெருமாள்முருகன் ○ ஷோபா சக்தி
○ பாமா ○ இந்திரன் ○ அழகிய பெரியவன்
சுகிர்தராணி ○ எவிடென்ஸ் கதிர் ○ உதயா நீலம்
இலஞ்சி அ.கண்ணன் ○ பச்சோந்தி ○ கிஷோர் குமார்
ஜோ.பீமாராவ் ராம்ஜி ○ அருண்மொழி ராஜன்
வினோத் ○ சரண்யா ○ கோவிந்தராஜன்
கார்த்திக் ○ பூவைய்யா ○ தினேஷ் ஆராதரன்
கு.சம்பத் ○ நெகிழன் ○ சிவராஜ் பாரதி
தமிழ்மணி ○ கே.சி.இரஞ்சித்குமார்
சுதாகர் பாண்டிச்சேரி ○ திலிப்குமார் சங்கரலிங்கம்
மற்றும்
'மலக்குழி மரணம்' கவிதை தொடர்பாக என் மீது வழக்குகள்
பதியப்பட்டபோது உடன் நின்ற அரசியல் பிரமுகர்கள், சமூகச்
செயற்பாட்டாளர்கள், எழுத்தாளர்கள்,
சமூக வலைதளத் தோழர்கள்
வழக்கறிஞர்கள்
சத்யசந்திரன் ○ அசோக் குமார் ○ தி.லஜபதி ராய்

சமர்ப்பணம்

என் மண்ணில் நிகழ்ந்த,
நிகழ்ந்துகொண்டிருக்கக் கூடிய
சாதியப் பாகுபாட்டையும்
வன்கொடுமைகளையும் எதிர்த்துச்
சமரசமின்றிச் சண்டை செய்யும்
பெண்களுக்கு.

முன்னுரை

பாய்மரத்தைத் திருப்பும் புதிய காற்று

புராதன மனிதன் குகையில் வேட்டை அனுபவங்களை ஓவியங்களாகத் தீட்டுவது போலத்தான் விடுதலை சிகப்பி தனது கவிதைகளை எழுதுகிறார். குறுந்தாடி முனையை விரல்களால் அளைந்தபடி கவிதைக்கான காட்சிகளைத் தேடி நாலாபுறமும் சுழலும் கண்களுடன் நடமாடும் விடுதலை சிகப்பியின் கவிதைகளைப் படித்து நான் அதிர்ந்தேன்.

குறிப்பாக இதன் தலைப்பு "எறிசோறு"

முழுக்க முழுக்க அசைவம் தவிர்த்த – பெரும்பாலும் மத்திய தர வர்க்கத்தின் அழகியல் பிரதேசமாகக் கருதப்படும் தமிழ்க் கவிதை உலகில் இரத்தம் ஊற்றி பிசையப்பட்ட சோற்றை வானத்தை நோக்கி திசைகள் தோறும் வீசியெறியும் சடங்கின் பெயரைத் தலைப்பாக வைப்பதா? இத்தொகுப்பின் மூலம் தமிழ்க் கவிதை அசைவம் சாப்பிடத் தொடங்குகிறது.

டிஜிட்டல் யுகத்தின் அசுரப் பசிக்குத் தீனி போடும் அவசரத்தில் எல்லோரும் மேற்குலக இரசாயண உரம் போட்டுக் கவிதைகளை விளைவிக்கிறார்கள்.

விடுதலை சிகப்பியின் இந்தக் கவிதைகளோ இயற்கை வேளாண்மையில் விளைந்தவை. விளிம்புநிலை மனிதர்களின் தமிழ் அழகியலை சுவாசிப்பவை. இக்கவிதைகளை Organic poetry என்கிற செல்லப் பெயரிட்டழைக்க விரும்புகிறேன்.

காதல், சுதந்திரம், சமத்துவம் தேடி அலையும் வாழ்க்கை அனுபவ நீர்வெளியை இவர் மொழியின் துருவ எல்லையின் குளிர்காற்றில் பனிக்கடலாக உறையச் செய்கிறார்.

புதிய பேனாக்களைப் பரிசோதிக்க காதலியின் பெயரைக் கிறுக்கி இரசிக்கும் இளைஞர்களையும், மாடுரிக்கும் கண்மாய்க் கரையில் கொழுத்த மாட்டுவாலை கேட்டு வாங்கி ரசம் வைத்து ஆவி பறக்கக் கொடுக்கும் தலைவியையும், சிம்னி வெளிச்சத்தில் ஈசல் வேட்டையில் மூழ்கும் சிறுவர்களையும், பனம்பழ வாடை அடிக்கும் ஆவணியில் கொட்டிக்கிழங்கை விரும்பியுண்ணும் தலைவனையும், இரத்தம், சந்தனம், சாம்பிராணி வாசத்துக்கு நாயனம், பம்பை, உருமி சத்தமிட கருங்காலி கம்பூன்றி ஆட்டம் போடும் குலசாமியையும் பேசும் இவரது கவிதைகள் மண் சார்ந்தவை. தொல்காப்பியரின் திணைக் கோட்பாட்டை தற்காலக் கவிதைப் பிரதேசத்துக்குள் கொண்டு வருபவை. அதேநேரத்தில் சமூக அநீதிகளைப் பகடி செய்து பகிஷ்கரிப்பவை.

இலக்கிய மொழிக்குள் வட்டார மொழியின் பேச்சு வழக்கு வார்த்தைப் பயன்பாடுகளைத் தாராளமாகப் பயன்படுத்துவதின் மூலமாக கவிஞர் கவிதைக்கென்று பிரத்தியேகமான ஒரு இணைமொழியை (Parallel Language) உருவாக்கிக் கையாள்கிறார். மொழியின் மேற்பரப்பில் சொல்லப்படாமல் மௌனம் காத்த பல செய்திகள் இந்தப் பேச்சு வழக்கு மொழியின் ஆழ் தளத்தில் ஆற்றின் அடி ஆழத்தில், மணற்படுகையில் வட்ட வட்டக் கண்களுடன் படுத்திருக்கும் மீன்களைப் போல காத்திருப்பதை உணர முடிகிறது.

இன்றைக்குப் புற்றீசல் போல புறப்படும் எண்ணற்ற காதல் கவிதைகளில் விடுதலை சிகப்பியின் காதல் கவிதைகள் துருவ நட்சத்திரம்போல் தனித்து ஒளிர்கின்றன. காதல் என்பதைக் காமத்திலிருந்து துண்டித்துப் புனிதப்படுத்தப்பட்ட "தெய்வீக"க் காதல் எழுதப்படும் தமிழ்ச் சூழலில் இவரது கவிதைகளில் காதல்தான் காமம், காமம்தான் காதல். உள்ளொன்று வைத்துப் புறமொன்று பேசாத இவரது காதல் கவிதைகளில் இந்த மண்ணின் சாபக்கேடான ஆணவக் கொலைகள் அதிர்ச்சியூட்டும் வன்முறையுடன் உயிர்ப்படைகின்றன. காதலிகள் சமூகக் கட்டுப்பாடுகளை மீறி குதூகலிக்கிறார்கள். கவிஞன் உள்ளொன்று வைத்துப் புறமொன்று பேசாதவனாகக் காதலை ஆராதிக்கிறான். சில கவிதைகளில் காதல், சாதி எனும் கட்டுக்கதையின் முதுகெலும்பை முறித்துப் போடுகிறது.

காதல் கவிதைகளில் மட்டுமின்றிப் பிற கவிதைகளிலும் விடுதலை சிகப்பியின் கவிதைக் குரல் தமிழ்ப் பண்பாட்டு அடையாளங்களோடு தனித்து ஒலிக்கிறது. தேசிய அளவிலான பெருமதத் தொன்மங்களுக்கும், வட்டார

அளவிலான கிராமிய தொன்மங்களுக்கும் இடையே போராட்டங்களை அடையாளம் கண்டு எழுதுகிறார். தெருக்கூத்து, தோல்பாவைக் கூத்து ஆகிய நாட்டார் கலை வடிவங்களில் காணப்படும் புனிதங்களைக் கேலி செய்யும் தமிழ் வாய்மொழி மரபின் தொடர்ச்சிதான் விடுதலை சிகப்பியின் கவிதைகளில் காணப்படும் நக்கலும் நையாண்டியும் என்பதை நாம் புரிந்துகொள்ள முடிகிறது.

இன்றைக்குக் கவிதை எழுதும் ஒவ்வோர் இளைய சக்தியும் தனது நிஜமான அக / புற உலகங்களைத் தம் கவிதைகளில் எழுதினால் எங்கே அவை கவிதைகள் அல்ல என்று நிராகிக்கப்படுமோ என்று அஞ்சுகிறார்கள். பயத்தில் தங்களின் கவிதைகளில் இலக்கிய உலகில் இன்று அங்கீகரிக்கப்பட்ட சம்பிரதாயமான அழகியலுக்கு ஏற்ற பொய் உலகங்களை ஜோடிக்கிறார்கள். இங்கேதான் இளைய சக்திகள் புதுமைப்பித்தன் எனும் இலக்கிய முன்னோடியைக் கவனிக்க வேண்டும். விடுதலை சிகப்பியின் துணிச்சலான குரலைக் கேட்க வேண்டும்.

எத்தனையோ ஆண்டுகளுக்கு முன் புதுமைப்பித்தன் 46 பக்கங்களில் எழுதிய "நாரத ராமாயணம்" என்பதில் இராமாயண கதாபாத்திரங்களை மனித நிலையில் வைத்து எழுதியதால் எத்தகைய தொன்ம நீக்கம் செய்திருக்கிறார் என்பதைப் படித்துப் புரிந்துகொள்ள வேண்டும். "பழைய கதைகளை எடுத்துக்கொண்டு அதை இஷ்டப்பட்ட கோணங்களில் நின்றுகொண்டு பார்க்க எங்களுக்கு உரிமை உண்டு" என்று புதுமைப் பித்தன் தனது 'காஞ்சனை' கதைத்தொகுப்பின் முன்னுரையில் எழுதுகிறார். இன்று இத்தொகுதியில் இருக்கும் "வீட்டு மலக்குழியில் அடைப்பெடுக்க அயோத்தி சென்று இராமனைக் கையோடு கூட்டி வந்தேன்" என்று விடுதலை சிகப்பி ஒரு கவிதை எழுதியிருப்பதைப் பார்க்கிறபோது, இளைய சக்திகள் புதுமைப் பித்தனின் துணிச்சலான கலையின் பாதையில் பயணிக்கத் தொடங்கி விட்டார்கள் என்று தெரியவருகிறது.

இன்றைய தமிழ்க் கவிதையில் சிலாகிக்கப்படும் புனிதமான தூயக் கவிதை அழகியல் விளிம்புநிலை மனிதர்களின் மீது கடுமையான வன்முறையை நிகழ்த்துவதை நாம் கவனிக்கத் தவறக்கூடாது. சொல்லப்போனால் "நவீன கவிதை" என்ற பெயரில் நமக்கு உருவாக்கிக் கொடுக்கப்பட்டிருக்கும் கவிதையின் இன்றைய அழகியல் என்பது மேட்டுக்குடி அதிகாரத்தின் மென்மையான இன்னொரு வடிவம் என்பதை நாம் புரிந்துகொள்ள வேண்டும். இன்னொரு வார்த்தையில் சொல்வதெனில் சாதியச் சமூகத்தில் மேல்நிலையில்

இருப்பவர்களின் நலம் நாடும் மறைவான செயல் திட்டம் கொண்டதுதான் இன்றைக்குச் சிலாகிக்கப்படும் தற்கால கவிதை அழகியல்.

இதனால்தான் விடுதலை சிகப்பி தனது கவிதைத் தொகுப்பின் மூலமாக ஒரு 'மாற்று அழகியல்' அல்லது 'எதிர் அழகியல்' என்பதை நிறுவும் முயற்சியில் முன்னேற்றம் அடைந்து இருக்கிறார் என்று சொல்லத் தோன்றுகிறது. தமிழ்க் கவிதையின் பாய்மரத்தைத் திருப்பும் ஏதோ ஒரு புதிய காற்று வீசுவதை என்னால் உணர முடிகிறது.

இந்திரன்
கலை இலக்கிய விமர்சகர்

வாழ்த்துரை

இத் தொகுப்பிலுள்ள கவிதைகள் பெரும்பாலும் அடித்தட்டு மக்களின் சாதி, சாமி, காதல் பற்றிய பதிவுகளாக இருக்கின்றன. தலித் மக்களை அடிமைப்படுத்துவதில் இம்மூன்றின் பங்கு அளப்பரியது. மக்களின் மொழியில் அவர்களின் நம்பிக்கைகளையும், சாதியினால் ஒதுக்கி ஓரங்கட்டப்பட்ட ரணங்களையும், அச்சாதியை ஒழித்து ஓரங்கட்டிவிட்டு நிமிர்ந்து எழுந்து நிற்கத்துடிக்கும் சுயமரியாதையுள்ள துணிச்சலையும், சாதி தாண்டி ஏற்படும் காதலின் ஏமாற்றங்களின் கசப்புணர்வுகளையும், அவர்களின் துடிப்புமிக்க எளிய சாமிகளின் விழாக்களையும், கொண்டாட்டங்களையும் ஆவேசத்துடனும் ஆதங்கத்துடனும் நையாண்டியுடன் கோபம் கொப்பளிக்கப் பதிவு செய்திருக்கிறார். மாட்டுக்கறியின் மகத்துவத்தைப் பற்றிப் பல கவிதைகள் சிலாகித்துப் பேசுகின்றன.

இக்கவிதைகளை வாசிக்கும்போது அத்தனை உணர்வுகளும் எளிதாக நமக்குள் கடத்தப்பட்டுவிடுகின்றன என்பதே இவற்றின் உயிர்ப்புத் தன்மைக்கும் உயிரோட்டத்திற்கும் உத்திரவாதமாகிறது.

தென்றலாக மலர வேண்டிய காதல் புயலாகுமோ பூகம்பமாகுமோ என்று அஞ்சி அஞ்சி அவ்வச்சத்தில் உண்டாகும் அங்கலாய்ப்பும் அலைக்கழிப்பும் ஆணவக்கொலைகளின் தாக்கமும் பல கவிதைகளில் காணமுடிகிறது. சாதிதான்

சகலத்தையும் தீர்மானிக்கிறது என்பதைத் தவிடுபொடியாக்கிவிடத் துடிக்கும் வேகத்தையும் துணிச்சலையும் கோபத்தையும் ஆற்றலோடு வெளிப்படுத்தும் பல கவிதைகள் கவிஞரின் கனவுகளைச் சுமந்து நிற்கின்றன.

உழைக்கும் மக்களுக்கு உரமூட்டும் மாட்டுக்கறியின் அருஞ்சுவை பற்றிப் பல கவிதைகள்.

"கறி எடுக்கும் நாளெல்லாம் வீட்டில் கோலாகலம்தான்"

இப்பொழுதும் ஒவ்வொரு ஞாயிற்றுக்கிழமையும் தலித் மக்களுக்குக் கோலாகலமான நாளாக இருப்பதைக் காணமுடிகிறது. வாரம் முழுவதும் கடினமாக உழைத்துக் களைத்த மக்கள் வார இறுதியில் மாடறுத்துச் சமைத்து மகிழ்ந்திருப்பதைப் பல கிராமங்களில் காணலாம். அன்று ஒரு நாள்தான் அவர்களுக்கு நல்ல சுவையான உணவு என்பதால் கூடுதல் சந்தோசம்.

மாட்டின் பல்வேறு உறுப்புகளிலுள்ள பல்வேறு சுவைகளைப் பற்றிப் பேசும் ஒரு கவிதை இப்படி முடிக்கப்பட்டுள்ளது.

"கோமாதாவில் குடிகொண்ட முப்பத்து முக்கோடி தேவர்களும்
அம்மா மூட்டிய நெருப்பில்
சூடு பொறுக்காமல் பதறிக் கொண்டிருப்பார்கள்."

மிகவும் பிரபலமான 'மலக்குழி அடைப்பு நீக்கும்' கவிதையை எத்தனை முறை வாசித்தாலும் அத்தனை முறையும் புதுப்புது அர்த்தங்களோடு மறுவாசிப்புக் கோருகிறது.

"மன்றாடிக் கேட்கிறேன் மலக்குழியைத் திறக்கவே வேண்டாமென்று."

என்ற சீதையின் மன்றாட்டில் பெண்ணின் ஆவேசம், ஆங்காரம், ஆற்றாமை, எக்காளம், அக்களிப்பு, எக்களிப்பு, விடுதலைக்கான வேட்கை என இப்படிப் பல உணர்வுகள் புதைந்து கிடக்கின்றன.

தொகுப்பின் தலைப்புக் கவிதை 'எறி சோறு' கிராமங்களில் ஒடுக்கப்பட்ட மக்களால் வழிபடப்படும் சாமிகளின் விழாக்கள் கொண்டாட்டங்கள் பற்றி விவரித்து, ஒடுக்கும் வர்க்கத்தினரின் சாமிகள் ஒருபோதும் கிராமதெய்வங்களை நெருங்கவே முடியாது என்பதைத் தெளிவாக்கி இறுதியில்,

"எறிசோற எடுத்துச் செல்லும் ஒக்காழி, நாங்க எப்பவுமே இந்து இல்ல"

என்ற பிரகடனத்துடன் முடிகிறது.

காலங்காலமாய் அழுத்தப்பட்ட அமுக்கப்பட்ட தலித் மக்களின் திணறலும் திமிறலும் தீர்க்கமாய் மூர்க்கமாய் ஒரு கவிதையில் இப்படி வெளிப்படுத்தப் படுகிறது.

"இனி ஒருபோதும் விட்டுக்கொடுப்பதாய் இல்லை
நாங்கள் கெட்டுப் போனாலும் பரவாயில்லை
மாடுரிக்கும் கத்திக்கு மனிதத்தோல் ஒன்றும் கடுசல்ல."

சாதியின் கோர முகத்தைக் காட்டும் ஒரு கவிதை, சிறுவயதில் பள்ளியில் ஏற்பட்ட நட்பை நண்பனை சாதியினால் இழந்துவிட்ட வலியை, ஏக்கத்தை நுட்பமாக உணர்த்துகிறது. பல மாணவ மாணவியர்களின் பள்ளிப்பருவ நட்பு இன்றும் இச்சாதிச் சமூகத்தால் கொலை செய்யப்படுகிறது. மனதை கனக்கச் செய்யும் அந்தக் கவிதை.

"இந்தியா என் தாய்நாடு; இந்தியர் அனைவரும்
என் உடன் பிறந்தவர்களென
உறுதிமொழி உளமாற சொல்லி ஒன்றாய் வளர்ந்தோம்
காலம் நம்மைக் கைப்பிடித்து வயது பதினாறில் நிறுத்தியது
உனக்கும் எனக்கும் ஒரே சமயத்தில் அரும்பியது மீசை
அதே சமயத்தில் உதிர்ந்தது சிநேகம்
நீ நினைக்கிறாயோ இல்லையோ நான் நினைக்கிறேன்
முளைக்காமலே இருந்திருக்கலாம் உனக்கும் எனக்கும் மீசை."

நிலமற்ற தலித்துகளின் நிலைமையைச் சொல்லும் இந்தக் கவிதை

"இளைஞர்கள்தான் நாட்டின் முதுகெலும்பைத் தூக்கி நிறுத்த வேண்டும்.
இதுபோன்ற பேட்டிகளை அடிக்கடிப் பார்க்க நேரிடுகிறது.
அரசு ஒதுக்கிய ரெண்டரை செண்டில்
ஒரு செண்டில் வீடு போக மிச்சமிருக்கும் சொச்சத்தில்
நான் எப்படித் தூக்கி நிறுத்துவது அல்லது
நான் எதற்குத் தூக்கி நிறுத்த வேண்டும் இந்தியாவின் முதுகெலும்பை?"

என்ற கேள்வியுடன் முடிகிறது.

சாதி, மத, குடும்ப அமைப்புகளினால் சிதைத்துச் சின்னாபின்னமாக்கப்படும் தலித் மக்களின் வாழ்வியலை, பண்பாட்டை, நம்பிக்கைகளைப் பதிவு

செய்திருக்கும் இக்கவிதைகள் பாராட்டுக்குரியவை; பலராலும் வாசிக்கப்பட வேண்டியவை.

சமூக அவலங்களைச் சமரசமின்றிப் பரிகசித்தும் பகடி செய்தும் எழுதக் கூடிய ஆற்றல் கவிஞர் விடுதலை சிகப்பிக்குச் சாத்தியமாயிருக்கிறது. ஆதங்கத்தோடு அங்கதச் சுவையுடன் கவிதைகள் படைத்துள்ள அவருக்கு எனது பாராட்டுகள். அவர் தொடர்ந்து இனிவரும் காலங்களில் பல தொகுதிகளைப் படைத்திடுவார்; படைத்திட வேண்டுமென வாழ்த்துகிறேன்.

பாமா

14-11-2023.

அணிந்துரை

தூக்குக் கயிற்றால் ஒரு சாட்டையைப் பின்னுதல்

துல்லியமும் நேர்த்தியும் கொண்ட மொழிநடை, உக்கிரமும் காதலுமாய் பிரவாகிக்கும் உணர்ச்சிகள், கனன்றெரியும் தலைமுறைக் கோபம் ஆகியவற்றுடன் உருவாகி இருக்கின்றன விடுதலை சிகப்பியின் கவிதைகள். திகட்டத் திகட்ட காதலும், பசிக்கப் பசிக்கக் காமமும், சுவைக்கச் சுவைக்க மாட்டுக் கறியும், திமிரத் திமிர மானஉணர்ச்சியும் கொண்டு வாழ்ந்திடும் வாழ்க்கையை அம்மணமாகக் கவிதைகளில் எழுதியிருக்கிறார். அவற்றை ஆதிமொழிக் கவிதையின் அடிவேரோடு பதியனிட்டு, வேரடி மண்ணில் சாதி ஆணவக்கொலைகளில் சிந்தப்பட்ட கண்ணீரையும், செந்நீரையும் பாய்ச்சியிருக்கிறார்.

விடுதலை சிகப்பியின் கவிதைகளைப் படிக்கிறபோது, தமிழில் தொண்ணூறுகளில் நேரடியாகவும் மொழிபெயர்ப்பின் வழியாகவும் படித்த கவிதைகள் அளித்த உணர்வுகள் துளியும் குறைவின்றிக் கிளர்ந்து எழுகின்றன. சாதி ஒழிப்புக்கு எதிராக இளந்தலைமுறையின் கோபம் மேலும் தீவிரத்துடன் இருப்பதைக் காணும் மகிழ்ச்சியும் வியப்பும் உண்டாகிறது.

காலம் நகர்ந்தாலும் அதனோடு சேர்ந்து நகராத சாதியக் கருத்தியல். நெகிழாத அதன் இறுக்கம். அது மனிதர்களிடையே கிளர்த்திவிடும் வெறுப்பு, கோபம், கொலை வெறி. இவற்றுக்கு நடுவே பிறந்து வளர்ந்து வாழத்தொடங்கும் புதிய தலைமுறைகள். இடம்பெயராத சாதியை முன்னால் வைத்துக்கொண்டே அதைத் தவிர்த்தும், எதிர்த்தும் நுட்பமாக வசிக்கும் இளையோர். தற்காலச் சூழலை இப்படி வரையறுத்துக் கொண்டால், அவர்கள் எழுதும் கவிதையின் ஆகச்சிறந்த வெளிப்பாடாக விடுதலை சிகப்பியின் கவிதைகள் இருக்கும்.

இவர் கவிதைகளைக் கலகக்கவிதைகள், எதிர்க்கவிதைகள், எதிர்வாதக் கவிதைகள் என எப்படி வேண்டுமானாலும் அழைக்கலாம். பூடகமான சொற்களோ, பூசிமெழுகும் பாசாங்குகளோ இக்கவிதைகளில் இல்லை. இயற்கையையும் பொழுதையும் காலத்தையும் மரபையும் மனிதர்களையும் விதந்தோதுகிற மயக்கங்களும் இல்லை. தினந்தோறும் கடந்துசெல்கின்ற இந்திய இயல்புவாத வாழ்முறையில் அங்கம் வகிக்கும் சாதியம், துரோகம், இரத்தம், காதல், காமம் ஆகியவையே நிரம்பியுள்ளன.

சமூக அக்கறையுள்ள ஒருவர் இக்கவிதைகளை வாசித்தாரெனின் பதைபதைப்பையும் மன நடுக்கத்தையும் உருவாக்கிடும் என்று சொல்வேன். ஆணவக்கொலையில் பலியான அண்ணன், அண்ணியைப் பற்றி விவரித்தப் பின்னர் காதலியின் கைகளில் ஒருவன் ரோஜாப்பூவைத் திணிக்கிறான். சாதிமீறிய தன் காதலுக்குச் சம்மதிக்காத மூத்தோருக்கு அரளிவிதையை அரைத்துக் கொடுக்கிறாள் ஒருத்தி. இன்னொருத்தியோ காதலித்தவனிடம் தன்னைப் பகிர்ந்து கொண்டபின் சேரிகடந்து, ஊர்புகுந்து தாய்மாமனைக் கட்டிக்கொள்கிறாள். சுயமரியாதைக்கார அப்பத்தா, ஆண்டைகளின் காலில் விழும் அய்யாவின் கதையை முடித்து விடுகிறாள். சேரியைக் கொளுத்தும் ஆட்களில் ஒருவனின் விதையைப் பிடுங்கி எடுக்கிறாள் கிழவி ஒருத்தி. புணர்ச்சிக்கு இணங்கி சுக்கிலம் பருகுகிறவள், கூடலில் ஈடுபடுகிறவனின் வீட்டில் ஒருமடக்கு நீர்ப்பருகச் சம்மதிப்பதில்லை. காதலை கைவிட மறுக்கும் ஒருத்தியின் தலையைக் கொய்வதற்குத் தயாராகும் ஊர், பெருகும் குருதியின் மீது கல்லுப்பைத் தூவி கடக்கிறது. இவ்வகையான சித்திரங்களோடு, ஏற்கெனவே தமிழ்நாடு சந்தித்த நீண்ட நெடிய சாதியக் கொடூரங்களின் நினைவுக் குறிப்புகளும் இணைந்து கொள்கின்றன. இக்கவிதைகள் சித்திரிக்கின்ற சாதியக் கொடூரத்தை, ஆணவ வன்முறைகளைச் சொல்வதற்கு

‘நிலத்தில் காயாமல் கிடந்த ரத்தத்தில் கைப்பிடி கல் உப்பைத் தூவி நகர்கிறது காலம்’

என்ற வரியொன்றே போதுமானது. இக்கவிதைகளைப் படிக்கையில் இந்தியாவில் நிலவிடும் ‘சமூகக் காலநிலை’ அதே இடத்தில் தேங்கிக் கிடக்கின்ற உண்மை நிமிண்டியபடியே இருந்தாலும், இந்தச் ‘சமூகக் காலநிலை’ நீடிக்கும் மட்டும் விடுதலை சிகப்பியைப் போன்றதொரு கவிஞன் உக்கிரமான சொற்களைப் பெருங்கோபத்துடன் எறியக் கொண்டுவருவான் என்ற மகிழ்ச்சி உருவாகிறது.

விடுதலை சிகப்பியின் கவிதைகள் வெறுமனே சாதியச் சம்பவங்களை விவரிப்பதோடு நின்றுவிடுவதில்லை. தாம் உள்ளூர வைத்திருக்கும் நிபந்தனையற்ற மானுட அன்பையும் அவை வெளிப்படுத்திக் கொண்டே இருக்கின்றன. நான், நீ என்ற எதிர்மைகளில் இயங்கிடும் கவிதைகள் சாதி வரையறைகளை மீறிய மானுட அன்பை வெளிப்படுத்தியே முடிகின்றன. ஒன்றாய்ப் படித்த வகுப்புத் தோழன் பதினாறில் நிற்கையில் வேற்றாளாய் உருமாறுகிறான்.

“முளைக்காமலே இருந்திருக்கலாம் உனக்கும் எனக்கும் மீசை”

என்று அப்போது கவிஞர் ஏங்குகிறார். இதன் நீட்சியாக இன்னொரு வரி சுரீரென்று வெளிப்படுகிறது!

“நம்மைப் பிரித்த சாதி நாண்டுக் கொள்ளட்டும்”

இக் கவிதைகளின் உச்சமாக சாதியை ராட்டினப் படிமமாகக் கொண்ட ‘இந்தக் குடை ராட்டினத்தின் நிழலில்...’ கவிதையைப் பார்க்கிறேன். வெவ்வேறு ராட்டினக் குதிரைகளில் ஆடினாலும் நிற்கத்தானே வேண்டும் ராட்டினம் என்பது கவிதை வெளிப்படுத்தும் ஆதங்கம். குதிரை ராட்டினத்திலாவது கிடைமட்டத்தில் பிரிவுகள் இருக்கின்றன. அதில் சுழல்கிறவர்கள் தொட்டும் கொள்ளலாம். ஆனால், பெட்டி ராட்டினத்தில் அவ்விதமுமில்லை. அது அடுக்குகளில் சாதியத்தைப் போன்றே இருக்கிறது. இக்கவிதைப் படிமத்துக்குப் பெட்டி ராட்டினம் சிறந்த பொருத்தம். ஆனாலும், சிகப்பி விரும்புவதைப் போல ராட்டினச் சுழலின் களிப்பில் அவரவர் பெட்டியிலோ குதிரையிலோ சுற்றும் மனிதர்கள் இறங்கித்தான் ஆகவேண்டும். இறங்கி மானுடத் திருவிழாவில் கலந்திடவே வேண்டும்.

கவிஞர்கள் காலத்தை மறு நிர்மானம் செய்கிறார்கள். அல்லது அதன் தொடர்ச்சியை சுட்டிக் காட்டுகிறார்கள். அப்படி ஒரு கவிதையே

'சொரக்கட்டையின் கத்தல்...' இக்கவிதையில் வியாபித்து நிற்கும் காமத்தைச் சற்றே ஒதுக்கி வைத்துவிட்டுப் பார்த்தால் ஈசல் பிடித்துண்ணுகிற வாழ்முறை காட்சிப்படுத்தப்படுகிறது. ஈசலை பச்சையாய்த் தின்கிறார்கள். அரிசியுடன் ஈசலை வறுத்தும் தின்கிறார்கள். சங்கப் பாடல்களில் இதைப் போன்ற விவரிப்புகள் இருக்கின்றன. புளிக்கறியில் மோரையும், ஈசலையும் கலந்து முல்லைத்திணை மக்கள் உண்டிருக்கிறார்கள். அதுமட்டுமின்றி வரகரிசி சோற்றில் தயிரையும், ஈசலையும் கலந்தும், புளிச்சோற்றில் வெண்ணெய், நெய் ஆகியவற்றோடு ஈசலைக் கலந்தும் உண்டிருக்கிறார்கள். இப்படி ஒரு நீண்ட நெடிய வாழ்வியலை பொதிந்திருக்கிறது கவிதை.

மலையடிவாரத்தில் பெருத்துப் பழுத்து வேர்ப்பலாவின் வாசமென
புணர ஆமோதிக்கும் காம வாசனை வெடித்துக் கமழ்ந்தது
நடுவில் நிதானமாய் நீலமஞ்சளொளிவீசி சுடர்விட்டுக்கொண்டிருந்த
சிம்னியின் திரியை விரலில் கசக்கி சின்னதாய்ச் சிரித்தேன்
தொடாத இடத்தில் தொட்டதுபோல குறுமுலை புடைக்க ஒரு பெருமூச்சு

என்ற அபாரமான விவரிப்பை இக்கவிதை எட்டுகையில் மிகத் தூக்கலான காமத்தை கிளர்த்தி விடுகிறது. மனதில் திணை வாழ்வு கொண்டு திரியும் தமிழின் நவீன அகப்பாடல் வரிகளிவை! காதலையும், காமத்தையும் வாழ்வியல் உயிர்ப்புடன் எழுதிச் செல்லும் இவ்வகை அற்புதக் கவிதைகள் இத்தொகுப்பில் உள்ளன. ஒரு கவிதையில் மாட்டீரலுக்கும் ஆப்பிளுக்கும் செய்யப்பட்டிருக்கும் ஒப்பீட்டை எண்ணி சிலாகித்துக் கொண்டே இருக்கிறேன்!

மாட்டிறைச்சி உண்ணுதலையும், சிறு தெய்வ வழிபாட்டையும் தம் கவிதைகளில் சிகப்பி பெரிதும் கொண்டாடுகிறார். விடுதலை சிகப்பியின் கவிதைகளில் வரும் பெண்கள் பொதுப்புத்தி அச்சில் வார்த்தெடுக்கப் பட்டவர்களாக இல்லை. எங்கள் அம்மாக்கள்......, ஈரல் இரத்தம், குடல்...., வீட்டு மலக்குழியில்.... கவிதைகளில் தங்களின் மீது அழுத்திக் கொண்டிருக்கும் மதவாத, ஆணிய பாரங்களை நிர்மூலம் செய்திடும் பெண்களாக இருக்கிறார்கள். முற்றத்தில் வழிபடும் துளசியைக் கொண்டு குண்டி துடைக்கும் செயலிலும், மலக்குழிக்குள்ளாகவே கணவனை அழுத்தும் செயலிலும், கோமாதாவை சட்டியில் போட்டு வேகவைக்கும் செயலில் மறைந்திருப்பது அந்த நோக்கம் தான்.

விடுதலை சிகப்பி தன் கவிதையின் வழியே இராமனை மலக்குழியில் இறக்கியதற்காக வழக்கை சந்தித்து வருகிறார். மதவாதத்தைத் தூண்டியதாகவும்,

கடவுளரை அவமதித்துவிட்டதாகவும், மத நம்பிக்கையாளர்களைப் புண்படுத்தியதாகவும் ஐந்து பிரிவுகளில் அவர் மீது வழக்குகள் பதியப்பட்டுள்ளன. கருத்து வெளிப்பாட்டுச் சுதந்திரத்துக்கு எதிரான மதவாதிகளின் மிரட்டலுக்கு ஆளான எழுத்தாளர்களின் வரிசையில் அவரும் இணைந்திருக்கிறார். ஆனால், மதவாதத்தின் ஆக்டோபஸ் பிடியில் இறுகியிருக்கும் இந்தியாவில் நிச்சயம் அவர் இறுதியானவராக இருக்கப் போவதில்லை. வீட்டு மலக்குழியில்.... எனத் தொடங்கும் அக்கவிதையில் இராமனுக்கு எதிராக எந்தக் கருத்தையும் விடுதலை சிகப்பி சொல்லவில்லை. மாறாக, அவர் செய்ததெல்லாம் இராமனை தன்னுடைய சக தோழனாக மாற்ற எண்ணியதுதான்!

இந்த வகையான சிந்தனைகள் உலகம் முழுக்கவும் இருக்கின்றன. குறிப்பாக, கடவுளரை தங்களில் ஒருவராகவும், தங்களைப் போன்ற மனிதராகவும் கருதுகின்ற பழங்குடி மக்களிடையேயும், ஒடுக்கப்பட்ட மக்களிடையேயும், கறுப்பின மக்களிடையேயும் அதிகமிருக்கின்றன. கர்நாடக மாநிலம் முழுவதுமுள்ள சிறுதெய்வங்களைப் பற்றி ஆய்வு செய்த கவிஞர் சித்தலிங்கையா சிறுதெய்வ வழிபாட்டில் வெளிப்படும் ஜனநாயகக் கூறுகளை நிறைய பேசியிருக்கிறார். தமிழில் இவ்விதம் பேசியவர் தொ. பரமசிவம் அவர்கள்.

எளிய மக்கள் தங்கள் முன்னோர்களை வணங்கிடும் பழக்கமுடையவர்கள். தாம் வணங்கிடும் கடவுளையோ அல்லது தன்னுடைய சகாக்கள் வணங்கிடும் கடவுளர்களையோ தங்களுக்கானவர்களாக வரித்துக் கொள்ளும் ஆர்வமுடையவர்கள். இதனாலேயே தாம் வணங்கிடும் கடவுளர்கள் தம்மைப் போன்ற முக அமைப்புடனும், நிறத்துடனும் இருப்பது மட்டுமின்றி, தாம் செய்திடும் வேலையையே அவர்களும் செய்திட வேண்டும் என்று அவர்கள் விரும்புகிறார்கள். அந்த வகையிலேயே விடுதலை சிகப்பி இராமனை ஒரு துப்புரவு பணியாளனாகக் கற்பனை செய்து பார்க்கிறார். தான் வணங்கிடும் கடவுளுக்குத் தான் உண்ணும் உணவையே வழங்கிடும் பழக்கம் சிறுதெய்வ வழிபாட்டில் உண்டு.

உலகம் முழுவதுமுள்ள பல்வகை இனமக்களின் தோற்றத்திற்கேற்ப வெவ்வேறு முகவெட்டுகளிலும், நிறத்திலும் இயேசுவின் முகம் வரையப்பட்டிருக்கிறது. போதாததற்கு இயேசுவை மனிதனாகப் பாவித்து மேற்குலகில் நிறைய கவிதைகள் எழுதப் பட்டிருக்கின்றன. இந்தியாவில் ஒடுக்கப்பட்ட மக்களின் எழுத்து முன்னோடிகளில் ஒருவரான ஜோதிபா பூலே தன்னுடைய

நூலொன்றில், “பிரகஸ்பதியின் வாயிலிருந்து பிறந்தவர்கள் பார்ப்பனர் என்றால் பிரகஸ்பதிக்கு மாதா மாதம் வாயில் மாதவிலக்கு ஆகுமா?” என்று கேட்கிறார். புதுமைப்பித்தன் தான் எழுதிய ‘சாப விமோசனம்’ சிறுகதையில் இராமனை கடுமையாகச் சாடுகிறார். சில மத நூல்களிலே விஷ்ணு பன்றி (வராஹ) அவதாரமாகத்தானே பிறப்பெடுக்கிறார்?

மனிதர் வேறு, கடவுளர் வேறு என்பது மதவாதிகளின் கருத்தாக இருக்கலாம். ஆனால், தன்னால் படைக்கப்பட்ட மனிதர்கள் செய்யும் பலவகையான பணிகளை, அவர்களை அப்படிப் படைத்த கடவுளர்களும் செய்திட வேண்டும் என்று நினைப்பதும் எழுதுவதும் கவிஞனின் உறுதியான எண்ணமாகவே இருக்கும். சமூகத்தின் இழிமைகளைப் புரட்ட விரும்பிடும் கவிஞனின் கவிதைக்குத் தப்பியவரென்று இங்கு எவருமில்லை. விடுதலை சிகப்பியின் குரல் மிக உறுதியாகச் சாதிய பாகுபாட்டிற்கும், மதவாதத்துக்கும் எதிரானது. அந்தக் குரலே அவருடைய எல்லாக் கவிதைகளிலும் ஒலிக்கிறது.

உங்களூரில் ஆறோ மழையோ இல்லாததால்
விவசாயம் பொய்த்ததோ என
ஊருக்கு வந்த நண்பர்கள்
கவலையாய்க் கேட்கிறார்கள்
எங்கள் தாத்தனையும் அப்பனையும் போல
இப்பொழுது நாங்கள் பண்ணைக்கில்லையென
மகிழ்ச்சியாய் பதிலளிக்கிறேன்

என மிக மிக நுட்பமாக அவர் எழுதிக்காட்டும் சுயமரியாதைக் குரல் ஈர்க்கிறது. அந்தக் குரல் தமிழ் நாட்டில், அண்டை மாநிலத்தில், இந்தியா முழுமையும் என்று பரவி நிறத்தால் தன்னைப் போலவே ஒடுக்கப்பட்ட ஆப்பிரிக்கச் சகோதரரையும் அழைக்கிறது.

நீ மேற்குலகப் பண்ணைகளிலும் நான் இந்தியச் சேரிகளிலும்
அநேகமாக பல இரவுகள் குமுறி அழுததற்குச் சாட்சிகளாய்
இன்று இந்த இருண்ட வானத்தில்
லட்சோப லட்சம் நட்சத்திரங்கள் மின்னிக் கொண்டுதானிருக்கின்றன

என்று சொல்லும்போது சாதியாலும் நிறத்தாலும் பாலினத்தாலும் மதத்தாலும் ஒடுக்கப்பட்டவர்களின் கண்ணீர் விண்மீன் படிகங்களாக உறைந்து,

வைரங்களைப் போல் உலகின் கடுமையானவற்றை அறுக்கும் என்ற நம்பிக்கை விடுதலை சிகப்பியின் கவிதையினூடே எழுகிறது. அந்த நம்பிக்கை, அவரே எழுதுவதைப் போல் 'துயர்மிகு ஒப்பாரியை விழுங்கிக் கொண்டு தூக்குக் கயிறுகளை ஒன்று திரட்டி ஒரு சாட்டையைப் பின்னத் தொடங்கும்' நம்பிக்கை.

அந்தச் சாட்டையை நாம் அனைவரும் பற்றி உறுதியாகச் சொடுக்குவோம். விடுதலை சிகப்பி இப்படியே இந்த யுகத்தைப் புரட்டிடும் எண்ணற்ற கவிதைகளை எழுதிட வாழ்த்துகிறேன்.

அழகிய பெரியவன்

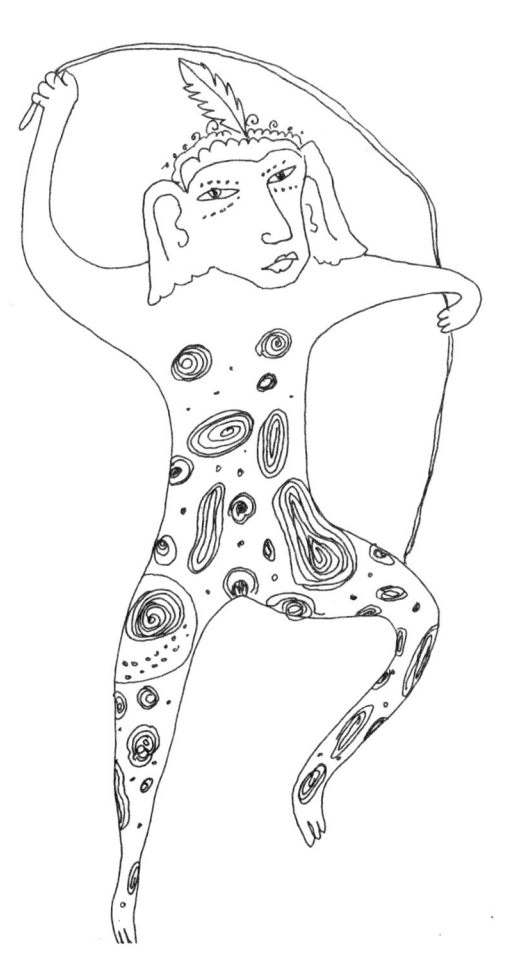

வயது ஆறைத் தொடவும்
கள்ள வளவிலிருந்து மஞ்சப்பையோடு நீயும்
பறைய வளவிலிருந்து நரம்புப் பையோடு நானும்
காக்கி வெள்ளைச் சீருடையணிந்து
ஒன்றாய்க் கலந்தோம் நமது ஊர்ப் பள்ளியில்
இந்தியா என் தாய்நாடு இந்தியர் அனைவரும்
என் உடன் பிறந்தவர்களென
உளமாற உறுதிமொழி சொல்லி ஒன்றாய் வளர்ந்தோம்
காலம் நம்மைக் கைப்பிடித்து வயது பதினாறில் நிறுத்தியது
உனக்கும் எனக்கும் ஒரே சமயத்தில் அரும்பியது மீசை
அதே சமயத்தில் உதிர்ந்தது சிநேகம்
நீ நினைக்கிறாயோ இல்லையோ நான் நினைக்கிறேன்
முளைக்காமலே இருந்திருக்கலாம் உனக்கும் எனக்கும் மீசை.

இந்தக் குடைராட்டினத்தின் நிழலில்
நீ மஞ்சள் குதிரையிலும்
நான் நீலவண்ணக் குதிரையிலும் தொடர்ச்சியாய்ச் சுற்றுகிறோம்
ராட்டின ஓட்டத்தில் எளிதில் பிடிபடாத
உன் முகத்தைத் தெளிவாய் தரிசிக்க நான் ஏங்குவதைப் போலவே
நீயும் ஏங்குவாயென நம்புகிறேன்
உன்னை நெருங்கிவிட நானும் என்னை நெருங்கிவிட நீயும்
அவர் அவர் குதிரையை வேகப்படுத்துகிறோம்
இடைவெளியில் எந்தக் குழப்பமும் நிகழவேயில்லை
நீயொரு தலவிலும் நானொரு தலவிலுமே
ஆனாலும் சுற்றியபடியே இருக்கிறோம்
எப்படியும் நிற்கத்தானே வேண்டும் ராட்டினம்.

உறங்கிக் கிடந்த ஊரை உசுப்பிவிட்ட சேவல்
அன்றைய வழிபாட்டில் கழுத்தறுத்துப் பலியிடப்பட்டது
உடலும் தலையும் எதிரெதிர் திசையில் வீசப்பட்டது
சலனமில்லாமல் கண் மூடிக்கிடந்த கொண்டைத்தலையில்
புத்தனின் சாயல்.

எங்கள் வீட்டின் இரண்டாவது தளத்திலிருக்கும்
அண்ணனின் அறையை அதற்குப் பிறகு இப்பொழுதுதான் திறக்கிறேன்
அவன் பூசும் திரவத்தின் வாசனையில் நிறைந்திருந்தது அறை
தேர்ந்த வேலைப்பாடுடைய தேக்கு அலமாரியைத் திறந்தேன்
புத்தக வாடை நாசியை உடைத்தது
அவன் பள்ளிக் கல்லூரிகளில் பெற்ற பதக்கங்கள்
வேலை தளத்தில் பெற்ற விருதுகள்
மேற்குலக நாடுகளில் சேகரித்த வஸ்துகள்
விரும்பி வாசிக்கும் நாவல்கள், கவிதைகள்
அவனது காப்பிக் கோப்பை
அப்பத்தா அன்பளித்த அய்யாவின் பசுந்தோல் கிடுகட்டி
சீனாவில் வாங்கி வந்த புத்தர் சிலையெனச் சகலத்தையும் காட்டினேன்
இறுதியில் ஒரு சட்டகத்தைக் காட்டி
ஆணவக்கொலையான அண்ணனையும்
அண்ணனுக்கு அண்ணி கொடுத்த
முதல் காதல் கடிதத்தையும் விரித்துக் காட்டினேன்
உறைந்து போய் நின்றாள்
அவள் உள்ளங்கைக்குள் ஒரு ரோஜாவை திணித்தேன்.

மூச்சூடும் அவன் பெயரையே
அன்பாய் உச்சரித்து அடம்பிடித்த அவளை
ஊர் கூடி ஒருமனதாக முடிவெடுத்தார்கள் கழுத்தறுப்பதென்று
துண்டிக்கப்பட்ட தலை நிலமெங்கும் உருண்டோடையில்
அவன் பெயரை இறுதியாய் உச்சரித்து
அசைவை நிறுத்திக்கொண்டது நாக்கு
நிலத்தில் காயாமல் கிடந்த இரத்தத்தில்
கைப்பிடி கல் உப்பைத் தூவி நகர்கிறது காலம்.

அவனின் சுருட்டை முடிகோதி
கருத்த முகம் முழுக்கச் சிவக்க முத்தமிட்டாள்
அவன் கழுத்தடி முழுக்கக் கன்னிப்போகும்படி கடித்துவைத்தாள்
மாறி மாறி கன்னத்தில் அறைந்தாள்
மாரில் சாய்ந்து மணிக்கணக்காக அழுதாள்
கைக் கூடா காதலுக்காக விடாமல் தேம்பியவள்
என்ன நினைத்தாளோ தெரியவில்லை
முந்தானையில் மூக்கைச் சிந்தி கண்ணீரைத் துடைத்தவாறே
சட்டென இருளுக்குள் இழுத்துச் சென்று மறைந்தாள்
பாவாடையில் ஒட்டியிருந்த
நாயுருவியையும் நெருஞ்சியையும் உதறிவிட்டு
நாடாவை சரி செய்து விடிவதற்குள் சேரி கடந்து ஊர் புகுந்தவள்
மறுநாள் காலையில் தட்டமுடியாமல் மாமனுக்குத் தலையை நீட்டி
தலையீத்துப் பிள்ளையின் சுருட்டை முடியைத் தடவிக் கொடுத்து
தனித்துக்கொண்டாள் ஓரளவு ஆங்காரத்தை.

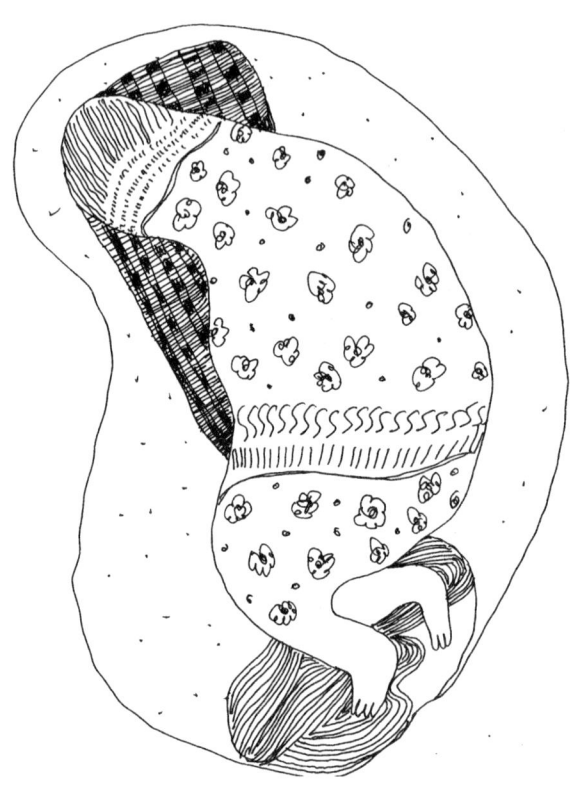

ஈரல் இரத்தம் குடல் எலும்பு தொறப்பு தொடை ஜவ்வு
மூளை வால் சுவரொட்டி மார்க்கண்டத்தின்
மகிமை அத்துபடியானதால் அப்பத்தாவே சென்று வருவாள்
தூக்குச்சட்டியோடு மாடுரிக்கும் கண்மாய்க்கு
கறி எடுக்கும் நாளெல்லாம் வீட்டில் கோலாகலம்தான்
ஐயா சுட்டு ஊதித்தரும் சுவரொட்டிச் சுவையோடு
ஒவ்வொரு முறையும் ஒட்டிக் கொடுப்பார்
அவர் தோட்டியாய் வாழ்ந்த கதையில் ஒன்றை
வெந்து மிதக்கும் கொழுப்பின் வாசம் பறைசாற்றும்
அப்பாவைவிட அம்மா கைதேர்ந்தவளென
உறிஞ்சி வீசவிருக்கும் எலும்பிற்காக
வாநீரொழுக வாலாட்டிப் பரபரக்கும் வீட்டுச் செவலையும் கருப்பனும்
தட்டில் முட்டியெலும்புத் தட்டி மஞ்சையெடுக்க
அவக்கெடுத்துக்கொண்டிருப்பேன் நான்
கோமாதாவில் குடிகொண்ட முப்பத்து முக்கோடி தேவர்களும்
அம்மா மூட்டிய நெருப்பில்
சூடு பொறுக்காமல் பதறிக்கொண்டிருப்பார்கள்.

சொரக்கட்டையின் கத்தல் கூடிய பருவமழை ஓய்ந்த ஒரு
முன்னிரவில்
சிம்னியின் வெளிச்சத்தில் ஊரோடு ஈசல் வேட்டையில்
மூழ்கியிருந்தோம்
பால் ஈசலை பச்சையாய்த் திங்கும் அவசரத்தில்
சிறுவர்கள் அங்குமிங்குமாய்ச் சுற்றித்திரிந்தார்கள்
கூதலுக்குத் துப்பட்டி சுத்தி அருகருகே குத்துக்காலிட்டு
ஈசல் பிடித்த எங்களுக்குள்
மலையடிவாரத்தில் பெருத்துப் பழுத்து வேர்ப்பலாவின் வாசமெனப்
புணர ஆமோதிக்கும் காம வாசனை வெடித்துக் கமழ்ந்தது
நடுவில் நிதானமாய் நீலமஞ்சளொளி வீசி சுடர்விட்டுக்கொண்டிருந்த
சிம்னியின் திரியை விரலில் கசக்கி சின்னதாய் சிரித்தேன்
தொடாத இடத்தில் தொட்டது போல
குறுமுலை புடைக்க ஒரு பெருமூச்சு
ஈசல்கள் வெளிச்சம் தேடி அடுத்தடுத்த சிமினிக்கு இடம்பெயர்ந்தன
சாணிக் காகிதத்தில் விழுந்த மைச்சொட்டெனக்
காமத்தின் ஊற்றுக்கண் சுரப்பெடுத்து
அவளது பரந்த நிலமெங்கும் கசிந்து பரவத்தொடங்கியது
அதுவரை பூத்திராத கொடியாய் இருந்த என்னை வேரோடு அகழ்ந்து
ஈரம் வியாபித்து நெகிழ்ந்திருந்த அப்பெருநிலத்தில்
ஆழமாய் நட்டு பூக்கச்செய்தாள்
இன்று அரிசியும் ஈசலும் கலந்து செந்தணலில் வறுக்கும் வாசம்
அந்த வாசத்தை நினைவூட்டுகிறது.

வீட்டு மலக்குழியில் ஒருவாரமாய் அடைப்பு
அடைப்பெடுக்க எங்கெங்கோ சுற்றி அந்தணர் கிடைக்காமல்
அயோத்தி சென்று ராமனைக் கையோடு கூட்டிவந்தேன்
முதலில் மறுத்தவனிடம் பணம் கூடத்தருவதாய்க் கூறினேன்
ஒரு புட்டி சாராயத்தை ஒரே மூச்சில் குடித்துக்
குழிக்குள் குதித்தான் ராமன்
இலக்குவனும் அனுமனும்
துண்டு பீடியை ஆளுக்கொரு இழு இழுத்தபின்
வாளி கொச்சக்கயிறு அகப்பை மூங்கில் கழியோடு உள்ளே
இறங்கினார்கள்
கணவன் கொழுந்தனின் வில் அம்புகளையும்
அனுமனின் கதாயுதத்தையும்
காவல் காத்துக்கொண்டிருந்த சீதாபிராட்டி பசி என்றாள்
உயர் சாதி ஏழையின் பசி கொடுமையானது எனவே,
கடைத்தெருவுக்குச் சென்று திரும்பினேன்
மலக்குழியை மூடிவிட்டு
இலங்கை நோக்கி சென்றிருந்தாள் போல சீதாபிராட்டி
அருகில் கிடந்த சிகரெட் அட்டையில் எழுதியிருந்தாள்
மன்றாடிக் கேட்கிறேன் மலக்குழியைத் திறக்கவே வேண்டாமென்று
எனக்கும் மனமில்லை மலக்குழியைத் திறப்பதற்கு.

அப்பத்தா ஒரு சுயமரியாதைக்காரி
ஆனால் அய்யா அப்படி இல்லை
அப்பத்தா எவ்வளவு சொல்லியும் அவர்கள் வந்தால் எழுந்து நிற்பதும்
வேட்டியை இறக்கிவிடுவதும் அய்யாவிற்கு அனிச்சையாகிவிட்டது
அய்யாவை அவர்கள் ஒருமையில் பேசுவதும்
அய்யா அவர்கள் முன் கைகட்டி நிற்பதும்
அப்பத்தாவிற்கு எப்பொழுதுமே பிடித்ததில்லை
“மனுசனாப் பொறந்தா கொஞ்சமாது சூடு சொரண இருக்கணும்
இல்லாட்டி பூமிக்கு எதுக்குப் பாரமா இருக்கணும்”
அவர்களை வைத்தே அவரை அப்படித் திட்டிவிடுவதுமுண்டு
சில சமயம் அவர்களையும் அவள் எதாவது திட்டிவிடுவதுண்டு
அய்யா இறக்கும்போது நான் பள்ளிச்சிறுவன்
உடன் படித்த ஒருவன் அய்யாவை பேர் சொல்லிக் கூப்பிட
அவனுக்கும் எனக்கும் பள்ளிக்கூடத்தில் அடிபுடி சண்டை
முகமெல்லாம் நகக்கீரல்களோடு பித்தான் கிழிந்த சட்டையோடு
அப்பத்தாவின் கண்டாங்கி மடியில் முகம் புதைத்து அழுதேன்
அடுத்த நாள் காலையில்
தூங்கியபடியே செத்துக்கிடந்த அய்யாவின் மரணத்தில்
இன்றுவரை எனக்கு அப்பத்தாவின் மீது
சந்தேகம் வலுத்துக்கொண்டே இருக்கிறது.

ஏறக்குறைய தலையில் பாதி நரைத்துவிட்டது
முன்பைப் போல முழுப் பைத்தியமாக இல்லை
புதிய பேனாக்களைப் பரிசோதிக்க
உன் பெயரை சத்தியமாகக் கிறுக்கி ரசிப்பதில்லை
இப்பொழுதெல்லாம் எப்பொழுதாவதுதான் உன்னை நினைக்கிறேன்
எங்காவது வெந்தய கலர் சுடிதாரையோ
கனகாம்பரத்தையோ
அரிசியில் பெயர் எழுதிய சாவிக்கொத்தையோ
புறங்கையில் ரோமக்கட்டுடைய பெண்களையோ பார்க்க நேர்கையிலும்
மது அருந்திய எதாவதொரு பின் இரவிலும் மட்டும்தான்
மற்றபடி நம்மை முற்றிலுமாக மறந்துவிட்டேன்
நாம் சந்தித்துக்கொண்ட நினைவுகள்
பரிமாறிக்கொண்ட வார்த்தைகளையும் போல
அத்தனை தெளிவாக உன் முகம் என் நினைவில் இல்லை
வருத்தமாகத்தான் இருக்கிறது
ஒருவேளை இப்பொழுதும்
உன்னால் என் முகத்தை அந்த அரும்பு மீசையோடு
நினைவு படுத்த முடியுமானால்
நம்மைப் பிரித்த சாதி நாண்டு கொள்ளட்டும்.

கெவுளியின் கத்தலில் வேறுபாடு கண்டுணர்ந்த தலைவி
அரசமரத்தடியில் முதுகிழத்தியிடம் குறி கேட்கிறாள்
சோழி உருட்டிப் பார்த்தக் கிழத்தி
தலைவன் திரும்பும் அறிகுறி என்றாள்
கருப்பட்டித் துண்டொன்றைக் கிழத்திக்கு உண்ணக் கொடுத்தாள்
எண்ணி ஏழாம் நாள் பண்ணை விடுப்பில் வீடு திரும்பினான் தலைவன்
ஓட்டமும் நடையுமாய் நிலைகொள்ளா தலைவியின் கால்கள்
மாடுரிக்கும் கண்மாய்க் கரையில்தான் நிலை கொண்டது
கொழுத்த மாட்டுவாலை வெட்கத்தோடு கேட்டு வாங்கியவள்
ரசம் வைத்து ஆவி பறக்க தலைவனுக்குப் பருகக் கொடுத்தாள்
வாழை நாரில் பிச்சியைத் தொடுத்துக் சூடிக்கொண்டு
வழக்கத்தை விட சீக்கிரத்தில் அன்று விளக்கணைத்தாள்.

எறிசோறு

வெள்ளமல அடிவாரத்தில குடிகொண்ட கோட்டகருப்புக்கு
கோபுரமோ கொடிமரமோ இல்லை
ஆகமவிதியோ ஆறுகால பூசையோ இல்லை
ரெண்டாண்டுக்கு ஒருமுறைதான் நடுசாமத்தில நடந்தேறும் களரி
எட்டுவூரு பங்காளி கூலிப்பட்டி மண்பான கட்டி
கால்நடையா வருவோம் கோட்டையன் வாசலுக்கு
ஒச்சமில்லா கருங்கிடா செங்கிடா குட்டிதான்
உச்சிப்பொங்கப் படையலுக்கு
இரத்தம் சந்தனம் சாம்பிராணி வாசத்துக்கும்
நாயனம் பம்ப உருமிச் சத்தத்துக்கும்
கொலதெய்வம் கருங்காலி கம்பூண்டிப் போடும் ஆட்டம்
தரமுழுக்க மரிக்கொழுந்தும் அரளியுமா செதறிக்கெடக்கும்
குஞ்சம் வச்ச லேஞ்சி கட்டி நீலச்சல்லடமும் கச்சயும் இறுகக்கட்டி
இடுப்புல வெண்கல சலங்கயும்
கெண்டக்காலுல வெள்ளித் தண்டையும் மாட்டி
ஆணிக் குதியடியோட துடியான காவல் தெய்வம்
குதிச்சாடி குறி சொல்லி முக்காளி சத்தியம் செஞ்சா
ஒக்காழி எப்பேர்ப்பட்ட சனியும்
எக்கேடுகெட்டப் பிணியும் ஏழு சீமதாண்டியோடும்
ரக்காயியம்மனும் பிள்ளாண்டியம்மனும் அருங்கொலவை சத்தம்போட
பூந்திரி வெளிச்சத்தில புளிச்சநார் சாட்ட சொழட்டி
சிங்குனு சிங்குனு ஆடிக்கிட்டு வெள்ளமல காட்டுக்குள்ள
வேட்டைக்குப்போன சாமி பன்னியோட பூடம் திரும்பும்
புள்ளி கொடுத்த பன்னி இரத்தம் கடகம் புளுங்கரிசிச் சோறும் அள்ளி
எட்டுத் தெசைக்கும் உருண்டை புடிச்சு எங்க சாமி எறியயில
எறிசோறே எடுத்துச் சொல்லும் ஒக்காழி நாங்க எப்பவுமே இந்து இல்ல.

செத்த மாடுரிக்கும் தோட்டியாய் நாங்கள் அன்றிருந்தோம்
ஊருக்கு மேற்கிருக்கும் ஓடையோரத்தில்தான் குச்சு கட்டி மாடுரித்தோம்
ஐப்பசி அடைமழை நாளொன்றில்
கறவைக் கொம்பொன்று கைப்பிடி தலைச் சதையோடு
ஓடையில் அடித்து ஊரணி மடையில் விழுகவே
ஊர் வாயில் ஓடியடையா கொந்தளிப்பு
ஊர்க்கூட்டம் கூட்டி பெரியம்பலம் வாய் திறந்தார்
ஊருக்குத் தெற்கிலிருக்கும் சுடுகாட்டோரத்தில் குடியமர்த்தப்பட்டோம்
மாடுரிக்கும் எங்களுக்கு ஊரணியில் குடிக்கத் தடை
தண்ணிப் பஞ்ச காலமொன்றில் நாவறண்டு மடிந்தோம்
"செத்தமாடு உரிப்பதோடு சரி...
இனி ஒரு காலத்திலும் உண்ணுவதுமில்லை
மாடுண்ணும் ஊரில் சம்மந்தம் பண்ணுவதுமில்லை"
அகலச் சொளகில் கேப்பை குமித்து
நெறசெம்பு பசும்பாலில் சத்தியம் வாங்கிய பிறகே
ஊரணியில் தொண்டை நனைக்க ஒப்புக்கொண்டார்கள்
இப்பொழுது ஊர் ஊரணி பாளம் பாளமாய் வெடித்துக் காய்கிறது
திங்காமல் போன நூற்றாண்டு மாட்டிறைச்சியை
வீட்டு போர்வெல்லில் அலசி உப்பும் மஞ்சளும் தடவி
ஒவ்வொரு வீட்டு மொட்ட மாடியிலும் காய வைக்கிறோம்.

கனத்த கருவேலந்தூரு கொண்ட வனத்தின் மையத்தில்
ஓர் இடத்தைத் தெரிவு செய்துகொள்வோம்
போன மார்கழியிலிருந்து காய்ந்து கொண்டிருக்கும்
உப்புக்கண்டத்தை
வறுத்து வைத்துக்கொள்
சலம்புடி கண்மாய் கரையில் ஓங்கி நிற்கும்
வெள்ளக்காச்சி பனையொன்றில் புளித்த கள் இறக்கி வருகிறேன்
கலயங்களை வாயெடுக்காமல் பருகுவோம்
மித மிஞ்சிய போதையில் கச்சை கழட்டி
அம்மணமாய் ஆடிமகிழ்வோம் ஆதாமும் ஏவாளுமாய்
புணரலின் நிமித்தமாய் கொண்டாட்டமாய் கொட்டடி
ஒத்திசைக்க கொம்பூதுகிறேன்
கானகம் பூர்வீக இசையில் நிரம்பித் ததும்பட்டும்
காமத்தின் உச்சபட்ச பித்து நிலையில்
வழக்கம்போல் என் பிடறி மயிர்பற்றி வழி நடத்து
கூடலின் அந்தத்தில்
உயிர் துளைக்கும் அழுத்தமான அந்த முத்தத்தைப் பரிமாறிச்
சிரிக்கலாம்
காமத்தின் ஈரம் உலரும் முன்
பசுவதைச் செய்து மாட்டீரலை வாட்டித் தருகிறேன்
மாறி மாறிக் கடித்துத் தின்போம்
அப்படி என்னதான் இருந்துவிடப்போகிறது மாட்டீரலில் இல்லாதது
ஆப்பிளில்.

தும்பையும் நெருஞ்சியும் காய்ந்து கிடக்கும் வெட்ட வெளியில்
எருக்கங்காய் வெடித்துக் காற்றில் அலைந்துகொண்டிருக்கும் பருவமது
கண்ணுக்கெட்டிய தூரத்தின் கடைசியில்
புள்ளியாய் ஒற்றை உருவம் என்னை நோக்கி வருகிறது
உருவம் என்னை நெருங்க நெருங்க
தலையில்லா முண்டமாய் ஒருவன்
வெம்புரவியில் சீறி வருவது புலப்படுகிறது
புரவியின் கனைப்பும் குளம்பொலியும் துரிதத்தில் கிளம்பிய புழுதியும்
உயிர்ச் சுனையில் மூத்திரம் ஒழுகச் செய்கிறது
உச்சி வெயிலில் தொடை நடுங்க
அரண்டடித்து எதிர்த் திசையில் ஓடுகிறேன்
தரையில் வாடியோடிய கொமுட்டியும் மிதுக்கையும் காலில் பின்னுகிறது
தடுமாறி விழுந்தடித்து ஓடுகிறேன் விடாமல் துரத்துகிறான்
விலங்கு முகத்தோடு விநோதமாய் ஆளுக்கு நாலு கைகளையுடைய
கடவுளர்கள்
கூப்பிடும் தூரத்தில் கல் மண்டபமொன்றில் கஞ்சா புகைக்கிறார்கள்
அங்கே தஞ்சம் அடைய ஓடுகிறேன்
விரட்டி வந்தவன் என்னை விடுவதாயில்லை
குடுமியோடு தூக்கித் திரும்பினான்
வெகுதூரம் கடந்து பெயர் தெரியா மலையுச்சியில் இறக்கிவிட்டவன்
என்னையோர் அகல் தீபமாக்கி அரூபமானான்
என் நீலச்சுடரொளி நிலமெங்கும் வீசுகிறது
உடனே முழித்துக்கொண்டேன் என்றாள் அம்மா
குதிரையில் வந்தவன் சோமேரி முனியன் என்றாள் ஒருத்தி
மற்றொருத்தி அய்யனாரேதான் என அடித்துக் கூறினாள்
இன்னொருத்தி கொலசாமி கோட்டக் கருப்பனென்று குலவையிட்டாள்
வீட்டுச் சுவற்றில் கண் மூடி தொங்கிய புத்தனின் உதட்டில்
ஒருவகை கள்ளச் சிரிப்பு.

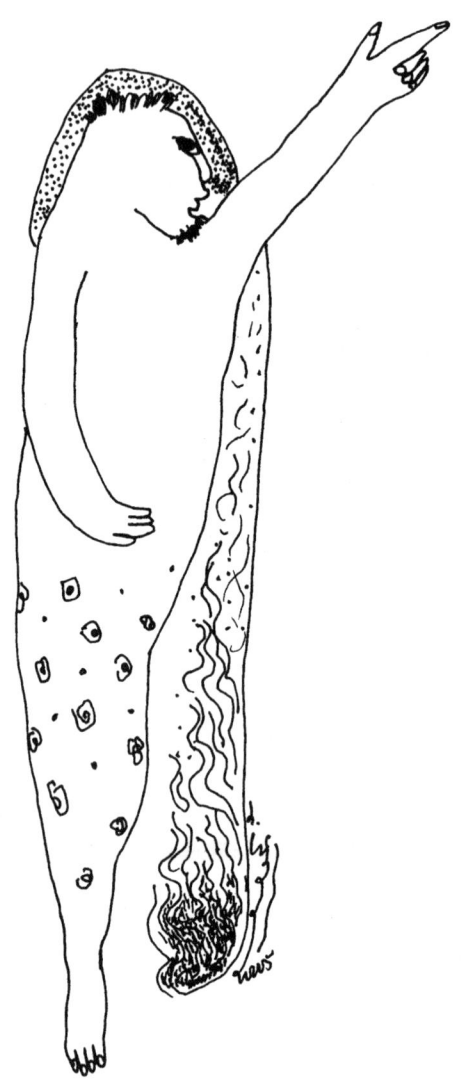

விட்டுக்கொடுத்துப் போகிறவர்கள்
கெட்டுப்போவதில்லை எனச் சொல்லி
இன்னும் எத்தனைத் தலைமுறையாய்
எங்களையே விட்டுகொடுக்கச் சொல்வீர்கள்
இனி ஒருபோதும் விட்டுக்கொடுப்பதாய் இல்லை
நாங்கள் கெட்டுப்போனாலும் பரவாயில்லை
மாடுரிக்கும் கத்திக்கு மனிதத் தோல் ஒன்றும் கடுசல்ல.

ஊருக்குள் அடங்காமல் சற்றே தூரத்தில் எமது சஞ்சரித்தல்
மூர்க்கமாய் பேரன்பை பிரசவிக்கும் அவ்வாதி பெரும்புலத்தில்
அடர்வான நிழலாய் படர்ந்திருக்கிறேன்
எங்கள் மூதாதைகள் கையளித்த ஆதிக்கதைகளை
அறச்சீற்றத்தோடு பண்ணிசைக்கிறேன்
கிழத்திகளும் கிழவன்களும் பறையை வாட்டியவாறு
ஒத்திசைக்கிறார்கள்
சலங்கைக் கழன்டோட சடை விரித்தாடுகிறேன்
புழுதி வெளியெங்கும் நிறைகிறது
முதும்பறையின் பேரதிர்வில்
எதிரிகளைக் குலை நடுங்கச் செய்வது குறித்துச்
சந்ததிகளுக்கு ஓதுகிறேன்
உன்னிப்பாய்க் கேட்டுக்கொண்டிருந்த அவர்கள்
எல்லாம் சரி நமக்கேன் பூரண முகமில்லையென வினவுகிறார்கள்
முழு நிலவு வெளிச்சத்தில் காடுகரையெல்லாம் ஓடுகிறேன்
புதையுண்ட புத்தனைத் தேடி.

உங்களூரில் ஆறோ மழையோ இல்லாததால்
விவசாயம் பொய்த்ததோயென
ஊருக்கு வந்த நண்பர்கள்
கவலையாய்க் கேட்கிறார்கள்
எங்கள் தாத்தனையும் அப்பனையும் போல
இப்பொழுது நாங்கள் பண்ணைக்கில்லையென
மகிழ்ச்சியாய்ப் பதிலளிக்கிறேன்.

ஐ.டி வேலையை உதறிவிட்டு
இயற்கை விவசாயத்தில் சாதிக்கும் பட்டதாரி
மண்வெட்டி பிடித்துப் பாத்திகட்டியவாறு ஒரு படம்
கால்நடைகளுக்குப் பசுந்தீவனம் வைப்பதுபோல் ஒரு படம்
செடிகொடிகளுக்கு நடுவில் நின்று
காய்களையோ பழங்களையோ பிடித்துக்காட்டியபடி ஒரு படம்
நம்மாழ்வார் படத்தைத் தூக்கிக் காட்டி சிரித்த முகத்தோடு ஒரு படம்
"நான் ஒரு விவசாயக் குடும்பத்தில் பிறந்தவன்
சின்ன வயதிலிருந்தே விவசாயத்தின் மீது நாட்டம்
ரசாயன உரங்களால் மண் மலடாகிறது
மரபணு மாற்றிய விதைகளால் ஆரோக்கியம் கெடுகிறது
முன்னோர்களின் பாரம்பரிய விதைகளே நல்ல மகசூல்
இளைஞர்கள்தான் நாட்டின் முதுகெலும்பைத் தூக்கி நிறுத்தவேண்டும்"
இதுபோன்ற பேட்டிகளை அடிக்கடிப் பார்க்க நேர்கிறது
அரசு ஒதுக்கிய ரெண்டரை செண்டில்
ஒரு செண்டில் வீடு போக மிச்சமிருக்கும் சொச்சத்தில்
நான் எப்படித் தூக்கி நிறுத்துவது அல்லது
நான் எதற்குத் தூக்கி நிறுத்தவேண்டும் இந்தியாவின் முதுகெலும்பை.

பனைகள் கிட்டி விடத்தொடங்கும் பங்குனியின் தொடக்கத்தில்
பண்ணைக்கிருக்கப் புறப்பட்டத் தலைவன்
பனம்பழ வாடை அடிக்கும் ஆவணியில் வீடு திரும்பினான்
தலைவன் விரும்பியுண்ணும் கொட்டிக்கிழங்கை
கண்மாயில் அகழ்ந்தெடுத்துக் கடகம் மகுறத் தூக்கி வந்த தலைவி
வரும் வழியில் குறிஞ்சாவும் பிரண்டையும்
அடசலாய்ப் பின்னியோடும் பனையில்
தொரட்டிப் போட்டு இழுத்ததாய்
மடிகனக்க பனம்பழம் ரெண்டையும் முடிந்து வந்தாள்
செத்தையைக் கூட்டி தீமூட்டிப் பொசுக்க
பழத்தைக் கேட்டத் தலைவனிடம்
வெட்கத்தோடு எடுத்து நீட்டியவள் மடிச் சூட்டிலேயே
வெந்து மணத்தது பனம்பழம்.

“பாட்டன் பூட்டன் பறிகொடுத்ததுப் போக
வீரக்கம்மாயிக்கு வடக்கக் கெடந்த முப்பது செண்ட
குடியான வீட்டு ஆம்பளைக்கு
கொறச்ச வெலைக்கு வித்துப்புட்டான்
ஒங்க நொய்யாக்காரன்”
இப்படி அப்பத்தா அடிக்கடி என்னிடம் வயிறெரிவது வழக்கம்
அய்யா குடித்துவிட்டு வந்த ஒருநாள்
கொறச்ச வெலைக்கு எதுக்குய்யா குடுத்த எடத்த?
நரச்சத் தாடியைத் தடவிச் சிரித்தபடி
“நொப்பத்தாகாரிட்ட சொல்லாத
குடியான வீட்டு பொம்பளக்கு
எம்மேல அம்புட்டுப் பிரியம்” என வெக்கப்பட்டார்
அன்றிரவு வந்த சொப்பனத்தில்
குடியான வீட்டு ஆண்கள் எல்லோரும் புடுக்கில்லாமல் திரிந்தார்கள்.

நாலாம் வகுப்பில் இந்திய வரைபடத்தில்
குஜராத்தில் காவி வண்ணம் தீட்டுக
பஞ்சாப்பில் பச்சை வண்ணம் தீட்டுக
கேரளத்தில் சிவப்பு வண்ணம் தீட்டுக
ஆந்திராவில் மஞ்சள் வண்ணம் தீட்டுக எனும்போது
தப்புத் தப்பாகத் தீட்டியதால்
எல்லோரையும் அடித்த மீனாட்சி டீச்சர்
எங்களூர் வரைபடத்தை நீட்டி ஊரையும் சேரியையும்
வெவ்வேறு வண்ணம் தீட்டி வேறுபடுத்திக் காட்டுக என்றால்
எல்லோருமே வாங்கியிருப்போம் பத்துக்குப் பத்து.

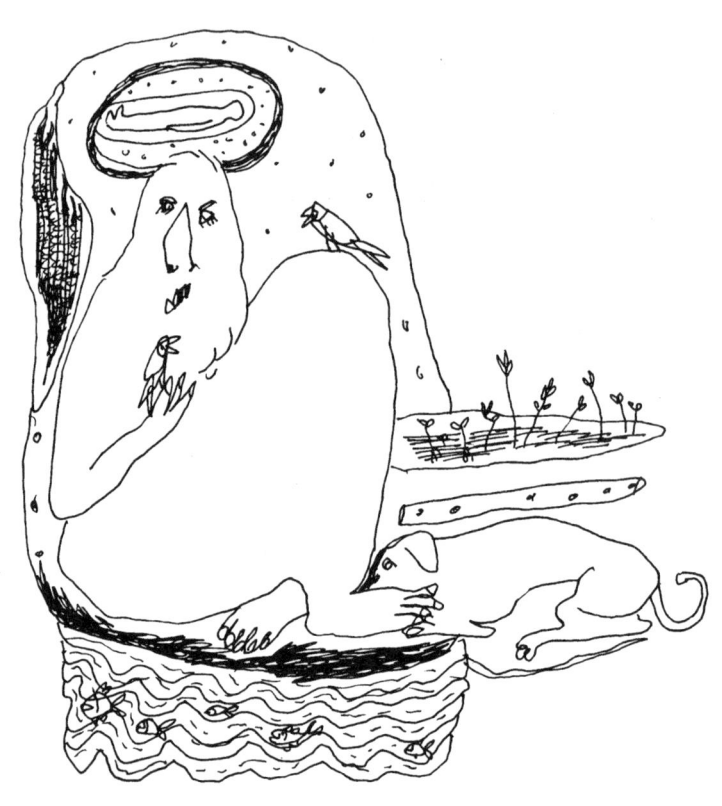

ஒவ்வோர் ஆண்டைப் போலவே அதிவிமர்சையாய் நடந்தேறியது
அந்த ஆண்டும் எங்கள் பள்ளியில் ஆண்டுவிழா
முதல் மதிப்பெண் எடுத்தவர்கள்
சிறுசேமிப்புத் திட்டத்தில் அதிக பணம் சேர்த்தவர்கள்
பேச்சுப்போட்டி கட்டுரைப்போட்டி ஓவியப்போட்டி
இன்னும் ஏதேதோ போட்டியில் ஜெயித்தவர்களுக்குப்
பரிசு கொடுத்து ஊக்கப்படுத்தினார் தலைமை ஆசிரியர்
அதனைத் தொடர்ந்து மழைநீர் சேகரிப்பு நாடகம்
பிறகு சில சினிமா பாடல்களுக்கு சகமாணவர்களின் நடனம்
இறுதியாக கழுத்தில் ஜெபமாலையுடன் மரியதிரவியம்
தலையில் குல்லாவுடன் அப்துல்லா
நெற்றியில் பெரிய பட்டையோடு மதன்கௌரி
வேற்றுமையில் ஒற்றுமையெனக் கட்டித்தழுவி
இந்தியக்கொடியை இறுகப்பற்றி மேடையில் காட்சியளித்தார்கள்
ஊரோடு கைதட்டி உற்சாகப்படுத்தி கலையும் வேளையில்
குண்டியில் ஒட்டியிருந்த மண்ணைத் தட்டிவிட்டு
நான் சேரிக்குத் திரும்பினேன்
குல்லா ஜெபமாலை பட்டை மூன்றும் வழக்கம்போல்
ஊருக்குள் சென்றது.

சமைய செட்டுக்காரு சிட்ட போட்ட நாள்லயிருந்து
ஒரு சாமாங்கூட விட்டுப்போகாம
மொத்தச் சாமானையும் வாங்கிருவோம் சிவகங்கச் சந்தையில
கொறஞ்சது மூணு ஆடாவது உரிப்போம் கல்யாணத்துக்கு
கடனோட கடனா கர்நாடக பொன்னியிலதான் கல்யாணச் சோறு
அண்டாவுல தண்ணி நெப்பி லோட்டாவுல ஊத்துன காலம்போயி
இப்ப எலைக்கொரு தண்ணிப் பாட்டுலு
பந்திப்பாயில ஒக்காந்தா கௌரவ கொறச்சல்னு டேபிள் சேரு வேற
கெட்டிக் கொழம்பு எலும்பு கொழம்பு
இரத்தக்கூட்டு மொச்சமண்டி கோசுப் பொரியல்
வசதிக்கு ஏத்தாப்புல வருத்தக் கறியோ அவுச்ச முட்டையோ வச்சும்
பந்தியில கை நனைக்காம கலர மட்டும் குடிச்சிட்டுப்போற
ஊர்த் தெருக்காரன் நாக்கும் பாக்குது சாதி.

எங்கள் அம்மாக்கள் மாறுபட்டவர்கள்
மனசாட்சி உடையவர்கள்
கோடரி தூக்கி பட்ட மரங்களைப் பிளக்கத் தெரிந்தவர்கள்
சம்மட்டிப் பிடித்துப் பாறைகளை ஜல்லியாக்கும் பலங்கொண்டவர்கள்
கிழட்டு மாட்டிறைச்சித் துண்டங்களையும்
மிருதுவாக வறுக்கும் பக்குவமிக்கவர்கள்
ஆத்மார்த்தமாய் துக்கத்தில் ஒப்பாரி புனைபவர்கள்
வட்டப் பறையொலிக்கு
கொங்கை துள்ள சுதந்திரமாய் ஆடி மகிழ்பவர்கள்
பாச்சைக்கும் பல்லிக்கும் பயங்கொள்ளாதவர்கள்
விடாய் காலங்களில் மறைந்து வாழாதவர்கள்
வீட்டிற்கு வந்தவர்களின் சாதியை அறியத் துடிக்காதவர்கள்
நீங்கள் திணிக்கும் ஒழுக்கத்தில் விரிசல் விழச்செய்பவர்கள்
உங்கள் அம்மாக்கள் முற்றத்தில் சுற்றி வழிபடும் துளசியை
பீக்காட்டில் இடக்கையில் பிடிங்கி குண்டி துடைத்து எறிபவர்கள்
எங்கள் அம்மாக்கள் மாறுபட்டவர்கள்.

எறிசோறு

அரபு தேசத்தில் கூலி வேலைக்குச்சென்ற அப்பா
ஒவ்வொரு மாதமும் முதல் வெள்ளியில்
ஊருக்குள்ளிருக்கும் வாத்தியார் வீட்டிற்கு போன் செய்வார்
அப்பாவிடம் நானும் தங்கச்சியும்
ரிமோட்கார் வீடியோகேம் ஷூ சாக்லேட்டென
தேவைகளின் பட்டியலோடு எவ்வளவு இயலுமோ
அவ்வளவு முத்தம் கொடுப்போம்
அம்மா மட்டும் கண் கலங்கியவாறே ஒவ்வொரு முறையும்
கடிதத்தில் எழுதி அனுப்புவதாகச் சொல்லுவாள்
பிரம்பு சாய்வு சோபாவில்
போனிற்கு அருகிலேயே அமர்ந்திருக்கும்
வாத்தியாருக்கும் டீச்சருக்கும் என்றுமே புரிந்ததில்லை
இந்தியாவிற்கும் அரபு தேசத்திற்கும் இடைப்பட்டத் தூரம்.

வேலைக்குச் சென்ற ஆண்கள் யாரும்
அப்பொழுது வீடு திரும்பியிருக்கவில்லை
எங்கள் இளவட்டங்கள் காவல் நிலையத்தில் அடைக்கப்பட்டிருந்தார்கள்
எங்களின் பெண்கள் குழந்தைகள் கிழடுகளைப்
பதட்டமாகவே வைத்திருந்தது அந்த வேனிற்காலத்து முன்னிரவு
அந்த நிலத்தில் நிகழப்போகும் அபாயம் அறியாமல்
வழக்கம்போல் கூடடையும் பறவைகள் ஆனந்த கூச்சலிட்டன
அன்றுபோல் என்றுமே இதயம் அப்படி அடித்துக்கொண்டதில்லை
முதலில் ஊர்த் திசையிலிருந்து
கூட்டுக் குரலாக நெருங்கி வந்தது பெருஞ்சப்தம்
காத்திரமான ஆயுதங்களோடு புற்றீசலாய் சேரிக்குள் புகுந்தார்கள்
அந்தக் கும்பல்தான் மின்சாரத்தையும் துண்டித்திருக்க வேண்டும்
வந்தவர்கள் இளந்தாரிகளென ஓட்டமும் நடையும் அம்பலப்படுத்தியது
முதலில் தெரு முனையிலிருந்த அம்பேத்கரையும்
கொடிமரத்தையும்தான்
வேட்டையாடிக் கூச்சலிட்டார்கள்
கோட்டை மதிலைத் தகர்த்த வெற்றிக்களிப்பு
அவர்கள் துள்ளலில் புலனானது
எங்கள் வீடுகளில் வளர்த்த நாய்கள்
தங்களால் முடிந்த அளவு விசுவாசம் காட்டியது
“பறச்சுன்னி மயங்களா பறக்கூதி மகளுகளா”
இன்னும் என்னனவோ வசவுகளையும் வன்மங்களையும்
தெரு நெடுகக் கொட்டினார்கள்
ஒரே ஓலமும் அலறலும் அழுகையுமாக அந்தக் கணம் நிறைந்திருந்தது
ஆள் வீடு ஆடு மாடு நாய் வாகனமென
அடித்து நொறுக்கி அரூபமானார்கள்
செத்துக் கிடந்த மெச்சிக் கிழவியின் கையில் இரத்தம் சொட்டச் சொட்ட
வந்த எவனோ ஒருவனின் புடுக்கு மட்டும் கொத்தோடு இருந்தது.

இராவணன் தூக்கிச்சென்ற சீதையைத் தேடியலைந்த ராமன்
தாகத்தில் களைப்புற்றுக் கானகத்தில் கிடந்தானாம்
அங்கோர் அணிலும் வந்ததாம் ஓணானும் வந்ததாம்
இராமனின் தாகம் உணர்ந்த அணில் இளநீரொன்றைப் பிடுங்கிவந்ததாம்
கொட்டாச்சியொன்றில் ஓணான் மூத்திரத்தைப் பிடித்துத் தந்ததாம்
இராமன் அணிலுக்கு அன்பாய்த் தடவிக்கொடுத்து
எக்காலமும் நொடமாக வரம் தந்தானாம்
அவன் தடவிய முதுகில் மூன்று அழகிய கோடுகள் விழுந்ததாம்
ஓணானுக்குக் கண்டவனிடமும் கல்லெறிபட்டுச் சாக இராமன்
சாபமிட்டானாம்
இப்பொழுது அணிலையே குறிவைத்துக் கொல்கிறது
என் கையிலிருக்கும் கல்.

என்னைத் தூக்கிலேற்றித் துடி துடிக்கத் தொங்கவிடலாம்
தீயில் கொளுத்திக் கருகவிடலாம் கண்டதுண்டமாய் வெட்டி வீசலாம்
ஓட ஓட அடித்துக் கொல்லலாம் நஞ்சு புகட்டிச் சாகடிக்கலாம்
துப்பாக்கி முனையிலோ நீரில் முக்கியோ
உங்கள் விருப்பப்படி இன்னும் என்னென்ன வழியிருக்கிறதோ
எல்லாவற்றையும் செய்து பார்க்கலாம்
நீங்கள் என்னைக் கொலை செய்வதும்
நான் உங்களால் கொல்லப்படுவதும் இன்று நேற்று நடப்பதல்ல
மரணம் என்பது நன்கு பரிட்சயமான ஒன்றுதான் எனக்கு
அதைப்பற்றி எந்தவித பயமோ பதற்றமோ
இப்பொழுதெல்லாம் இருப்பதில்லை
எனக்குள்ளிருக்கும் கவலையெல்லாம்
என்னைக் கொல்வதற்காக உங்களிடமிருக்கும் நியாயங்கள் மட்டும்தான்.

அவன் கண் முன்னால்தான் அவர்களைத் துன்புறுத்தி
தூக்கிலேற்றிக்கொண்டிருக்கிறார்கள் ஒவ்வொருவராய்
நாளுக்கு நாள் அந்தத் தூக்குமரத்தில்
திசைகள்தோறும் கிளைகள் முளைத்தவண்ணமே
பலசாதிப் பறவைகளின் கூரலகால் கொத்துப்பட்ட ஆந்தையொன்று
பதற்றத்தோடு மறைந்திருக்கிறது மரயிடுக்கில் அனுதினமும்
ஒவ்வொருமுறையும் ஒவ்வொரு கழுத்தில் சுருக்கு இருகும்போது
தொங்கிக்கொண்டிருக்கும் தொண்டைக்குள்
நசுங்கியிருக்கும் கடைசிச் சொற்கள் என்னென்ன
மனதில் வந்து மறைந்த மனித முகங்கள் யாருடையவை
இனி பிழைக்க வாய்ப்பில்லையெனக் கையறு நிலையில் வெடித்த
கடைசிக் கண்ணீர்ச் சொட்டின் கனம் எவ்வளவு
உடைந்து ஒப்பாரி வைக்கிறான்
ஆந்தையும் சோகக் கீதமொன்றை முணுமுணுக்கிறது
நீலம் பூத்த முகத்தில் பிதுங்கிய கண்கள் ஊரையும்
ஆந்தையின் கண்கள் பகலையும் வெறித்தபடியே நிற்கிறது
துயர்மிகு ஒப்பாரியை விழுங்கிக்கொண்டு பின்ன தொடங்குகிறான்
தூக்குக் கயிறுகளை ஒன்றுதிரட்டி ஒரு சாட்டையை
இருளத் தொடங்கியதும் ஆந்தை பறக்கத்தொடங்கியது
விடியாமலே இருக்கட்டும் பொழுது.

எப்பொழுதும்போல் ஊருக்குள் வேலைக்குச் சென்ற அக்கா
அன்று கன்னிப்போன முகத்தோடு வீடு திரும்பினாள்
அடிவாங்கிய தடமும் அழுத தடமும்
அப்பட்டமாய்த் தெரிந்தது அவளது முகத்தில்
அன்றிரவு துருவித்துருவிக் கேட்டும் பதில் சொல்லாமல் படுத்தவள்
விடிந்து பார்க்கையில் விட்டத்தில் தொங்கிக்கிடந்தாள்
கொள்ளி வைத்து வீடு திரும்பிய பல நாள் கழிந்த ஓரிரவில்
அக்கா சலங்கைகட்டிய காலோடும் தீவட்டிக் கையோடும்
சோமேரிக்கரையில் தலைவிரி கோலமாய் ஓடுவதும் ஓடியாருவதும்
இடிந்து நிற்கும் கலிங்கில் குத்தவைத்துக் குமுறுவதுமாய் இருந்தாள்
பிறகு நடுக் கம்மாயில்
பாளையும் கிட்டியுமாய் ஓங்கி நின்ற ஒத்தப்பனையில்
அவள் ஏறுவதும் நான் பின்தொடர்ந்து அவளை இழுத்துவிடுவதும்
அவள் மீண்டும் ஏறுவதும் நான் இழுத்துவிடுவதுமாய் இருந்தது
உக்கிரமாக என்னை உதறித்தள்ளி
வேகவேகமாய் கொண்டகட்டணைந்தவள்
அடிமட்டையில் கொளுத்திவிட்டு நிதானமாய்க் கீழிறங்கி
அப்படியொரு சிரிப்போடு சலங்கை தெறித்தோட ஆடினாள்
பச்சப்பனை படபடத்த சத்தத்தோடு பற்றி எரிந்தது
திடுக்கிட்டு முழித்துக்கொண்டேன்
விடிந்தும் விடியாமலும் ஊருக்குள் ஒரே கூக்குரல்.

எல்லோருக்குள்ளும் இருக்கும் ஏதோ சில அல்பத்தனத்தைப் போல்
எனக்குள்ளும் சில உண்டு
அதை யாருக்கும் தெரியாமல் இத்தனை ஆண்டுகளாய்
சாமர்த்தியமாய் மறைத்தே வந்துள்ளேன்
அது வெளியில் தெரிந்தால்
உங்களில் பெரும்பாலோனோர் நம்பித் தொலையவும் மாட்டீர்கள்
சிலர் வருந்துவது உறுதி
யாரோ சிலர் ஆத்திரத்தில் கை ஓங்கலாம்
பலர் முகங்கொடுக்காமலே ஒதுங்கிக் கொள்ளவும் வாய்ப்புள்ளது
சிலர் முகஞ்சுழிக்கலாம் சிலர் தொடர்பைத் துண்டித்துக்கொள்ளலாம்
அதனால் அந்த அல்பத்தனத்தை
ஒருபோதும் யாருக்கும் சொல்லப்போவதில்லை
நீங்களும் உங்களது அல்பத்தனத்தை
ஒருபோதும் என்னிடம் சொல்லிவிடாதீர்கள்
எப்பொழுதும் போல அவற்றை மறைத்துகொண்டே
மரியாதையைத் தக்கவைத்துக்கொள்வோம் பரஸ்பரமாய்.

நீ மிக மிகப் பேரன்பன் தான்
மழை தரை இறங்குவதற்குள் நீ புழங்கும் பாத்திரத்தில் ஏந்தி
பருகத் தருகிறாய்
உன் பரந்த நிலத்தில் விளையும் கிழங்குகளை
அருகிலோடும் சிற்றோடையில் அலசி உண்ணக்கொடுக்கிறாய்
அன்பில் ஊறவைத்த சொற்களைக் கோத்துப் பண்ணிசைக்கிறாய்
உன் வீட்டுச் சன்னலில் பின்னியோடும் சங்குப்பூவில் செண்டுகட்டி
இன்முகத்தோடு நீட்டி மகிழ்கிறாய்
வாசித்த அழகிய கவிதைகளைச் சொல்லி தோள் சாய்கிறாய்
இப்பொழுது எனக்குள்ளிருக்கும் குழப்பமெல்லாம்
சொல்லலாமா வேண்டாமா நான் சேரியிலிருந்து வருகிறேனென்று
இல்லை நான் ஒருபோதும் சொல்லப் போவதில்லை
நீ மிக மிக பேரன்பராக நீ மிக மிகக் கருணை மிக்கவராகவே
இருந்துவிட்டுப் போ என் உலகத்தில்.

"அழகு மலையான் வாச மிதிச்சு ராக்காயி ஊத்துத் தீத்தமாடி
வெள்ளித் தண்ட ரெண்டும் வெள்ளிக் காப்பு ரெண்டும்
அடுத்த மண்டலத்துக்குள்ள அப்பனுக்கு அடிச்சுச் சாத்து
பச்சக் குஞ்ச லேஞ்சியொன்னு கருப்புக் குஞ்சக் கச்சையொன்னு
வார ஆடியில காணிக்கையா தச்சுச் சாத்து
வெள்ளி செவ்வா வாடிக்கையா ஏவாச வந்து வெளக்குப் போடு
ஏம் பிள்ளைக்கெதிரா ஏம் மக்கமாருக்கெதிரா
ஏம்புட்டு எல்லைக்குள்ள கெட்டது எதுவும் அண்டவிடாம
நீ தொட்டது எதுவும் விட்டுவிடாம
பட்ட மரத்துலயும் பால் வடியவப்பேன்
மொட்ட மரத்துலயும் மொள விடவப்பேன்
ஒக்காழி இது முக்காலி சத்தியமுடா டேய்"
நாக்க துருத்திக்கிட்டு அருள் வாக்கு சொன்ன தெய்வம்
கொட்டடிக்கும் அருங்கொலவ சத்தத்துக்கும்
கல்ல கல்லுன்னு பாக்காம முள்ள முள்ளுனு பாக்காம
ரவயில மார் மால குலுங்க
எட்டுத் தெசைக்கு அருவாளும் கம்பும் தூக்கி எல்ல காக்க ஓடும்போது
எங்கூரு பாப்பரப்பெய கடவுளெல்லாம்
பாவம் கர்ப்பகிரகத்துலயே கழிஞ்சு நிக்கும்.

அவன் முகம் கண்டு ஒவ்வொரு முகமும் அகோரமாகிறது
ஒவ்வொரு கண்ணிலும் குரோதம்
அந்த நிலத்தில் பெண்களுக்கும் குழந்தைகளுக்கும்கூட
மீசை முளைக்கிறது
ஆணவத்தோடு முறுக்கிக் கொள்கிறார்கள்
அனைவருக்கும் வேட்டை மிருகத்தின்
பற்களும் நகங்களும் முளைக்கின்றன
அவர்கள் கும்பலாக உறுமுகிறார்கள் ஊளையிடுகிறார்கள்
கொடிய ஆயுதங்களுடன் கூட்டமாக அவனை நெருங்குகிறார்கள்
பூங்கொத்துகளை அவர்களிடம் நீட்டி அன்பொழுகப் புன்னகைக்கிறான்
கொடுவாள் வீசி அவனை நிலைகுலையச் செய்கிறார்கள்
திடீரென ஒருவன் உயிர் நிலையில் எட்டி உதைக்கிறான்
ஆணும் பெண்ணுமாக
அவன் காதில் நிதானமாய் விசத்தை ஊற்றுகிறார்கள்
ஆனந்தக் கூத்தாடுகிறார்கள்
பிறகொரு நாள் இடுப்பளவு நீர் நிலையில் உப்பி மிதக்கிறான்
ஒருநாள் ஆளுயர மரத்தில் சுருக்கிட்டுக் கிடக்கிறான்
ஒருநாள் கருகிய நிலையில் தண்ணீர் தண்ணீரென நாக்கை நீட்டுகிறான்
மற்றொரு நாள் இரயிலொன்று அவனை முண்டமாக்கி கடக்கிறது
சிதறிக்கிடக்கும் அவன் சதைகளை
காகமும் கழுகும் கொத்திக்கொண்டிருப்பதைப்
பார்த்துக் கொண்டிருக்கிறான்
ஆனாலும் மீண்டும் மீண்டும் உயிர்த்தெழுந்து
எல்லோருக்கும் கொடுப்பதற்காக ஏராளமான பூங்கொத்துகளுடன்
வாஞ்சையோடு அந்த நிலத்திற்குள் நுழைவதை அவன் நிறுத்தவில்லை
வழக்கம்போல் ஒவ்வொரு முறையும்
ஒவ்வொரு முகமும் அகோரமாகிறது
ஒவ்வொரு முறையும் யாரோ ஒருத்தி
அந்த நிலத்தில் ரகசியமாய் அழுகிறாள்.

வீட்டிற்கு எப்படியோ தெரிந்து விட்டது
அவர்கள் எந்த நேரத்திலும் உன்னை நெருங்கலாம்
கவனமாயிருயெனக் கண்ணீர் வடித்தாள்
உனக்காக வெட்டுப்பட்டுச் சாகலாம் என்றான்
அதைப் பார்க்கும் தெம்பு எனக்கில்லை
கண்காணாத தேசத்திற்கு ஓடிவிடலாமெனத் தேம்பினாள்
தெருவே சாம்பலாகுமென அஞ்சியவன் அமைதி காத்தான்
புலம்பியவள் பொறுமையிழந்து மொட்ட வெயிலில் புறப்பட்டாள்
பொட்டக்கெணறு வரை சென்று வீடு திரும்பியவள்
தாவணியில் முடிந்திருந்த அரளியை ஆட்டுரலில் கொட்டினாள்
கிழக்கு வெட்டறிக்கையில் வீட்டோடு நுரைதள்ளிக் கிடந்தார்கள்
ஆணவத்தோடு அமர்ந்திருந்தாள் பிணங்களுக்கு மத்தியில்
பேரன்புக்காரி.

வழக்கம்போல் ஒரு வெயில் நாளது
அவளது வெள்ளாடுகளையும் எனது பன்றிகளையும்
ஊருக்கு மேற்கிருக்கும் சோமேரிக் கரையில் ஓட்டிவிட்டோம்
வேட்டித்தலவில் முடிந்திருந்த இலந்தையைப் பரிசளித்தேன்
அவள் கை நிறையக் காராம்பழம் அளித்தாள்
காராம்பத்தைக் கிழித்து மணிக்கட்டில் சுண்டிய இரத்தத்தை
நாக்கில் நக்கிச் சுத்தப்படுத்தினேன்
பெரும் காமம் பீறிட புறங்கை புல்லரித்துக் கொணட்டினாள்
இருவர் முதுகிலும் ஒட்டிக்கொண்டது
வறண்ட நிலமும் புழுக்கையும் புல்லும்
இறுக்கமாய் பிரண்டை பின்னிக்கிடக்கும் திருகு கள்ளி நிழலில்
கனத்த சாரையொன்று உரித்துப்போட்டச் சட்டையோடு
ஆதாமும் ஏவாளுமாய் உச்சிப்பொழுதில் உரிந்து கிடந்தோம்
பரஸ்பர அணைப்பில் நிர்வாண தேகங்கள் தகித்துப் பிசுபிசுத்தது
சற்றுத் தொலைவில் கம்மாயோரக் காய்ந்தக் கோரயை
நோண்டிக் கொண்டிருந்த பன்றியின் இடைவிடா உறுமலும்
புறங்கழுத்து முத்தமும் நிசப்த வெளியை உடைத்துக்கொண்டிருந்தது
இறுதியில் வாய் நிறைய இந்திரியம் பருகிச் சிரித்த அவள்
ஒரு காலத்திலும் ஒத்துக்கொண்டதேயில்லை எனது வீட்டில் சிறு
மிடறேனும் நீர்ப் பருக.

மேயப்போன கண்மாயில் பெரியப்பா வீட்டுக் கிடாரி
நுரை தள்ளி பின்னங்காலை வெட்டி வெட்டி இழுப்பதாய்
அய்யாவிற்கு வந்தது தகவல்
அடுத்த கணம் சூரியோடு சைக்கிளை மிதித்தவர்
இறுதி இழுப்பிற்குள்
கிடாரிக்கு வலிக்காமல் தொண்டைக்குழியில் இறக்கிவிட்டார் சூரியை
இரைப்பையை ஆழக்குழி நோண்டிப் புதைத்து
ஒட்டுமொத்த சேரிக்கும் புள்ளிகொரு பங்காய்
கச்சிதமாய்த் துண்டத்தைக் கூறுகட்டிப் பிரித்தவர்
உரிபங்காய் இரு கூறோடும்
கிடாரித் தோலோடும் வீடு திரும்பினார்
அய்யாவிற்கும் ஆயாவிற்கும்
காலையில் இருந்த மனக்கசப்புக் கறி வேகயில் காதலாய் மலர்ந்தது.

அந்த எல்லைக்குள்
கால்நடைகளைத் தொலைத்தவர்கள்
சுப்பி பொறுக்கையில் பயந்தவர்கள்
இருசக்கர வாகனத்தில் விழுந்தவர்களென
யாராவது நேர்ந்து கொடுப்பார்கள்
சொமேரி முனியனுக்கு ஆடோ சேவலோ
துருவேறி மூக்குடைந்து நிற்கும் அரிவாளை நீராட்டி புள்ளிகாட்டி
ஈரல் குடல் சூட்டானோடு முடிப்போம் முனியனின் பங்கை
உப்பு பட்டமிளகாயில் கொதிக்கும் கறி ரசத்தின் வாசம்
ஒவ்வொரு மூக்கிலும் வியர்வையாகும்
பச்சைப் பனையோலையில் பட்டை பிடித்து ரசம் பருக
ஆணும் பெண்ணும் முண்டியடித்து இடம் பிடிப்போம்
எங்கள் குண்டிக்கு அடியில் நசுங்கிச் சாகும் ஆகமவிதி.

உச்சிக்கிடா வெட்டும் மட்ட மத்தியானத்தில்
பம்பையின் இலுவைக்கும் கடுங்குலவைக்கும்
அருள் வந்த கிடாவெட்டி அரிவாளோடு விசும்பிக் குதித்தார்
நாக்கைக் கடித்து முழிகளை நாலா திசைக்கும் உருட்டி மிரட்டினார்
கூட்டத்தை ஒதுக்கி செங்குட்டியை தூக்கி வந்த பங்காளிகள்
மேற்கே முகம் பார்த்தபடி மத்தியில் நிறுத்தினார்கள் குட்டியை
மாலையும் கழுத்துமாய் மருண்டு நின்ற முகத்தை
அண்ணாத்தி புள்ளி காட்டினான் பங்காளி ஒருவன்
அடுத்த கணமே தொங்காமல் முண்டமாய்ச் சரிந்த குட்டி
அக்காட்டு நிலத்தில் ரத்தத்தால் எழுதிக்கொண்டிருக்கிறது
காலங்காலமாய் உங்களுக்கு எதிரான எங்களின் அசைவப் போரை.

நாலஞ்சுபேரு ஒன்னுகூடி கட்டிப்புடிச்சாலும்
கட்டமுடியாத தூரு பெருத்த இலுப்பமரத்தடி எனத்துல
எட்டடி ஒசர கவயடிச்ச கல்லுக்காலு நாலு மேல
பழங்காலத்து வயிரம்பாஞ்ச பனங்கை சட்டம் கட்டி
ஓடு வேஞ்ச கொட்டத்திலதான் அது அப்பேலருந்து குடியிருக்கு
அதுக்கு முன்னால அடிச்சு விழுகலாம்
அழுது பொலம்பலாம்
மண்ணவாரித் தூத்தலாம் மனசுல பட்டத பேசலாம்
அருளு வந்தும் ஆடலாம் அரட்டி மெரட்டியும் பாடலாம்
ஆம்பளையும் போகலாம் பொம்பளையும் போகலாம்
வேட்டிய கட்டியும் போகலாம் கைலிய கட்டியும் போகலாம்
கறுப்பா இருக்க எந்தெய்வத்துக்கும் எனக்கும் இருக்குற அன்யோன்யம்
செவப்பா இருக்க ஓங்க கடவுளுக்கும் எனக்கும்
எந்தக்காலத்துலயும் இருந்ததில்ல.

முகநூல் வாயிலாகக் கிடைத்த
முள்ளிவாய்க்கால் நண்பன் ஒருவன்
நாங்கள் சிறுவயதில்
வீதியில் விளையாடிக் கொண்டிருக்கையில்
விமான சப்தம் கேட்டால்
உயிரைக் கையில் பிடித்துக்கொண்டு ஓடி ஒளிவோம் என்றான்
பதிலுக்கு நான்
நாங்கள் சிறுவயதில்
ஊர்க் கண்மாயில் இறங்கி குளித்துக் கொண்டிருக்கையில்
அம்பலாரின் சைக்கிள் சப்தம் கேட்டாலே
உயிரைக் கையில் பிடித்துக்கொண்டு ஓடி ஒளிவோம் என்றேன்
அவன் தலைக்கு மேல் பறந்த அத்தனை விமானங்களும்
தரையில் விழுந்து சுக்கு நூறாக உடைந்தது.

இந்த நகரத்தின் வாடகை அறையொன்றில்
நீர்க் கோர்த்த கண்களோடு
சிறிய சன்னலின் வழியே எவ்வளவு தெரியுமோ
அவ்வளவு வானத்தை மட்டும்
இப்பொழுது வெறித்தபடி இருக்கிறேன்
முகம் பார்க்கும் கண்ணாடியில் ஒட்டிவைத்த ஸ்டிக்கர் பொட்டை
குளித்து முடித்ததும் எடுத்து வைத்துகொண்டு
முதுகைக் காட்டி
உள்ளாடையின் கொக்கியை கச்சிதமாக மாட்டிவிடு ராவணா என்கிறாய்
இறுக்கமாய் அணைத்து
அரக்கப் பறக்க பத்து முத்தத்தைக் கொடுத்துவிட்டு
அவசர அவசரமாய் ஈரத்தலையோடு மாடிப்படியிறங்கியோடும்
தேவியே
நீ எந்த யுகத்தில்தான் எனக்கு மட்டும் சொந்தமாவாய்?

எனதருமை ஆப்ரிக்க சகோதரனே என்றோ எங்கோ புதைக்கப்பட்ட
உன்னையும் என்னையும் அகழ்ந்தெடுத்தால்
இருவர் முதுகிலும் அடிமைச் சேவகக் கூன்
உனக்கு ஐநூறு ஆண்டு புராதனம் எனக்கு ஈராயிரம் ஆண்டு
நாமிருவரும் முறுக்கேறிய தசைத் திரட்சியோடு
உறுதியான உடல்வாகு பெற்றவர்கள்தான்
மிளிரும் அழகிய தோள்களைக் கொண்டவர்கள்தான்
ஆனாலும் சகோதரா
வண்ணத்தால் நீயும் வர்ணத்தால் நானும் நசுக்கப்பட்டோம்
நீ மேற்குலகப் பண்ணைகளிலும் நான் இந்திய சேரிகளிலும்
அநேகமாகப் பல இரவுகள் குமுறி அழுததற்குச் சாட்சிகளாய்
இன்றும் இந்த இருண்ட வானத்தில்
இலட்சோப இலட்ச நட்சத்திரங்கள் மின்னிக் கொண்டுதானிருக்கின்றன
இருவர் முதுகிற்கும் சவுக்கடிகள் பரிட்சயமானாலும்
சாணிப்பாலும் மலக்கவளமும் அறியாத உன் தொண்டைகளுக்காக
உனது எஜமானனை நீ மெச்சிகொள்ளத்தான் வேண்டும்
எனது தோளின் மேல் என் நாட்டின் கோட்டைகளும் கோபுரங்களும்
கட்டி எழுப்பப்பட்டதைப் போலவே
உனது கறுத்தத் திரேகக் குருதியில்தான்
அமெரிக்க பங்களாக்கள் வெள்ளையானது என்பதும்
அந்த பங்களாக்களின் மதுக் கிண்ணங்கள் நுரைத்துப் பொங்க
நீ திராட்சையாய் பிழியப்பட்டிருப்பதும் எனக்குத் தெரியும்
அடிமை என்பதை நீ உணர்ந்ததால் கெஞ்சாமல் கேள்வி கேட்டுள்ளாய்
பண்ணைகளின் உள் தாப்பக்களை உடைத்து வெளியேறியுள்ளாய்
பாடல்களில் உரிமை பேரிகை கட்டி காற்றில் மிதக்க விடுவதாகவும்
கறுப்பர்களின் நடன அதிர்வில்
உலகத்தின் ஏற்ற இறக்கங்கள் அதிர்ந்து கொண்டிருப்பதாகவும்
கடந்த கடிதத்தில் எழுதியிருந்தாய் மிகவும் மகிழ்ச்சியுற்றேன்
இன்றே இந்த நொடியே இந்தியாவில் புரட்சி நடத்த ஆசைதான்
எனது கைவிலங்கை உடைத்தெறிய ஆசைதான்
ஆனால் சகோதரா இன்று வியாழக்கிழமை என்பதால்
நான் சாய்பாபா கோயில் செல்லவேண்டியுள்ளது.

என் தாய் நாட்டு ராணுவத்தைவிட பலம் பொருந்திய
ஏதாவது ஒரு நாடு
என் நாட்டின் மேல் பலவந்தமாக போர் தொடுக்க வேண்டும்
என் வானம் முழுக்க அந்நாட்டு போர் விமானங்கள் பறக்க வேண்டும்
என் நிலத்தின் பறவைகள்
புகை மூட்டத்தால் திசை மாறித் திரியவேண்டும்
என் தெருக்களில் அந்நாட்டு பீரங்கிகள் வலம் வரவேண்டும்
என் வீட்டின் கதவுகளை அந்நாட்டு
ராணுவ சப்பாத்துகள் மிதித்து உடைக்க வேண்டும்
நான் பிணமாகவோ ஊனமாகவோ
அகதியாகவோ அனாதையாகவோ எதுவானாலும்
அந்த நாட்டு ராணுவக் கொடுமையால்தான் ஆகவேண்டும்
இப்பொழுது போல சொந்த நாட்டு ராணுவத்தால் அல்ல
இப்படி ஒரு கவிதையை
எதிர் காலத்தில் எப்பொழுதும் நான் எழுதிவிடாமல் இருக்கவே
இப்பொழுது எழுதிக்கொண்டிருக்கிறேன் கவிதை எனும் பெயரில்
அவர்களுக்கு எதிரான ஒரு பிரச்சாரத்தை.